അനാഥന്റെ ഗോത്രം

AF741635

INSIGHT PUBLICA

INSIGHT PUBLICA®
Kozhikode, Kerala, India 673011
www.insightpublica.com
e-mail: insightpublica@gmail.com
Anadante Gothram
(Malayalam)
M.N. Vijayan
First Insight Publica Edition: December 2020
This Edition: November 2023

ISBN 978-93-90404-02-5
Published by
InsightinPublica Printers & Publishers Pvt. Ltd.
Printed and bounded in India by
Manipal Technologies Limited, Manipal

എം.എൻ.
വിജയൻ

അനാഥന്റെ ഗോത്രം

INSIGHT PUBLICA

എം.എൻ.
വിജയൻ

കൊടുങ്ങല്ലൂരിനടുത്ത് ലോകമലേശ്വരത്ത് പതിയാശ്ശേരിൽ നാരായണമേനോന്റെയും മൂളിയിൽ കൊച്ചമ്മുഅമ്മയുടെയും മകനായി 1930 ജൂൺ 8-ന് ജനിച്ചു. പതിനെട്ടരയാളം എൽ.പി.സ്കൂളിലും കൊടുങ്ങല്ലൂർ ബോയ്സ് ഹൈസ്കൂളിലും എറണാകുളം മഹാരാജാസ് കോളേജിലും എറണാകുളം ഗവ. ലോ കോളേജിലും പഠിച്ചു. 1951-ൽ മദിരാശി സർവ്വകലാശാലയിൽ നിന്ന് പ്രൈവറ്റായി മലയാളം എം.എ. പാസ്സായി.

എം.എൻ.വിജയന്റെ രാഷ്ട്രീയബന്ധം സ്കൂൾ വിദ്യാഭ്യാസ കാലം മുതൽ ആരംഭിക്കുന്നുണ്ട്. കൊടുങ്ങല്ലൂർ ബോയ്സ് ഹൈസ്കൂളിലായിരുന്നപ്പോൾ വിദ്യാർത്ഥി കോൺഗ്രസിന്റെ സജീവപ്രവർത്തകനായിരുന്നു. മഹാരാജാസ് കോളേജ് വിദ്യാർത്ഥിയായിരിക്കെ സ്വാതന്ത്ര്യസമരത്തിലും ഉത്തരവാദഭരണത്തിനായുള്ള പ്രക്ഷോഭത്തിലും പങ്കെടുത്തു. 1947 ആഗസ്റ്റ്-14 ന് കോളേജിൽ ദേശീയപതാക ഉയർത്താൻ തീരുമാനിച്ച വിദ്യാർത്ഥികളുടെ മുൻനിരയിൽ എം.എൻ.വിജയനും ഉണ്ടായിരുന്നു.

ആനാപ്പുഴയിലെ കെ.പി.കറുപ്പൻ സ്മാരക വായനശാലയുടെ ഭാഗമായ ഗ്രന്ഥാലയത്തിലെ മതഗ്രന്ഥങ്ങളും ആധ്യാത്മിക ഗ്രന്ഥങ്ങളും ചെറുപ്രായത്തിൽതന്നെ വായിച്ച് സന്ന്യാസത്തിൽ താല്പര്യം തോന്നിയതു കാരണം സ്കൂൾ പരീക്ഷ കഴിഞ്ഞപ്പോൾ നേരത്തെ കത്തുവഴി പരിചയമുണ്ടായിരുന്ന ആഗമാനന്ദ സ്വാമികളെ കാണാനായി കാലടിയിലേക്കു പോയി. കാലടി ശ്രീകൃഷ്ണാശ്രമത്തിൽ ഏതാനുംനാൾ കഴിഞ്ഞ ശേഷം തിരികെവന്നു.

1946-ൽ യുക്തിവാദിയും മിശ്രവിവാഹസംഘം സ്ഥാപകനും പത്രപ്രവർത്തകനുമായ ചൊവ്വര പരമേശ്വരനുമായി പരിചയപ്പെട്ടു. ചൊവ്വരയുടെ പൊതുപ്രവർത്തനങ്ങളിലെല്ലാം അടുത്ത സഹചാരിയായിരുന്നു എം.എൻ.വിജയൻ. *കേരളപത്രിക*യുടെ പത്രാധിപരായിരുന്ന എബ്രഹാം മാടമാക്കലും ഇക്കാലത്ത് വലിയൊരു സ്വാധീനമായിരുന്നു. പതിനഞ്ചാം വയസ്സിൽ *കൊച്ചിൻ ടൈംസിൽ* പ്രസിദ്ധീകരിച്ച 'ആധ്യാത്മിക വിപ്ലവ'മായിരുന്നു എം.എൻ.വിജയന്റെ ആദ്യലേഖനം. *കേരളപത്രിക, തിലകം, സാഹിത്യപരിഷത്ത് മാസിക* എന്നീ പ്രസിദ്ധീകരണങ്ങളിലാണ് തുടർന്ന് എഴുതിയത്. 1948-'49 ൽ സിഗ്മണ്ട് ഫ്രോയ്ഡിനെക്കുറിച്ചുള്ള എട്ട് ലേഖനങ്ങൾ പ്രസിദ്ധപ്പെടുത്തി.

1952-ൽ മദിരാശി *ന്യൂ കോളേജി*ലെ മലയാളം അധ്യാപകനായാണ് എം.എൻ.വിജയൻ ഔദ്യോഗിക ജീവിതം ആരംഭിച്ചത്. 1959-ൽ തിരുവനന്തപുരം യൂണിവേഴ്സിറ്റി കോളേജിൽ അധ്യാപകനായി

നിയമനം ലഭിച്ചതോടെ കേരളത്തിലേക്ക് തിരിച്ചുവന്നു. യൂണിവേഴ്സിറ്റി കോളജിലെ ജോലി ഒരു മാസം കഴിഞ്ഞപ്പോൾ നഷ്ടപ്പെട്ടു. 1960 ഫെബ്രുവരിയിൽ തലശ്ശേരി ഗവ.ബ്രണ്ണൻ കോളേജിൽ നിയമിതനായി. 1985-ൽ അധ്യാപകവൃത്തിയിൽ നിന്നു വിരമിക്കുന്നതുവരെ അവിടെത്തന്നെ തുടർന്നു.

1957 ജൂൺ 9-ന് വിവാഹം. ഭാര്യ: ശാരദ. മക്കൾ: വി.എസ്.അനിൽകുമാർ, ഡോ. വി.എസ്. സുജാത, വി.എസ്. സുനീത. മരുമക്കൾ: രത്നമ്മ ടി., ഡോ. പി.വി. ബാലചന്ദ്രൻ, സി. രാജഗോപാലൻ. പേരക്കുട്ടികൾ: അപർണ, അശ്വതി, സിദ്ധാർത്ഥ്, സുകൃതി, പ്രകൃതി.

കേരള സാഹിത്യ സമിതിയുടെ പ്രധാന സംഘാടകരിൽ ഒരാളായിരുന്ന എം.എൻ. വിജയൻ പിന്നീട് നേതൃത്വപദവി ഏറ്റെടുത്തു പ്രവർത്തിക്കുന്നത് പുരോഗമന കലാ സാഹിത്യ സംഘത്തിലാണ്. 1987 ജനുവരി 4-ന് കോട്ടയത്തുവെച്ച നടന്ന സമ്മേളനത്തിൽ പുരോഗമന കലാ സാഹിത്യ സംഘത്തിന്റെ വൈസ് പ്രസിഡണ്ടായി. 1992 ഏപ്രിൽ 21-ന് പെരുമ്പാവൂർ സമ്മേളനത്തിൽ വെച്ച് പുരോഗമന കലാ സാഹിത്യ സംഘത്തിന്റെ പ്രസിഡണ്ടായി. 1994 ജൂണിൽ *ദേശാഭിമാനി വാരിക*യുടെ പത്രാധിപരായി. 2000-ൽ *പാഠം മാസിക*യുടെക്കൂടി പത്രാധിപരായി. 2000 ജൂൺ 1-ന് പുരോഗമന കലാ സാഹിത്യ സംഘത്തിന്റെ പ്രസിഡണ്ട് സ്ഥാനം രാജിവെച്ചു. 2005 ഫെബ്രുവരി 23-ന് *ദേശാഭിമാനി വാരിക*യുടെ പത്രാധിപസ്ഥാനവും രാജിവെച്ചു.

അധ്യാപകൻ, നിരൂപകൻ, പ്രഭാഷകൻ, പത്രപ്രവർത്തകൻ എന്നീ നിലകളിൽ ദശാബ്ദങ്ങൾ പ്രൊഫ. എം.എൻ. വിജയൻ മലയാള സാംസ്കാരികരംഗത്ത് നിറഞ്ഞുനിന്നു. കേരളത്തിൽ അങ്ങോളമിങ്ങോളം ആയിരക്കണക്കിന് വേദികളിൽ വിവിധ വിഷയങ്ങളെക്കുറിച്ച് അദ്ദേഹം പ്രഭാഷണങ്ങൾ നടത്തിയിരുന്നു. 1945-ൽ ഉത്തരവാദപ്രക്ഷോഭത്തിന്റെ ഭാഗമായി കൊടുങ്ങല്ലൂർ കാവ് മൈതാനത്ത് തുടർച്ചയായി ചെയ്തവയാണ് ആദ്യ പ്രസംഗങ്ങൾ.

കൃതികൾ: *ചിതയിലെ വെളിച്ചം* (പൂർണ്ണ പബ്ലിക്കേഷൻസ് കോഴിക്കോട്, 1981) *ഫാഷിസത്തിന്റെ മനഃശാസ്ത്രം* (സമീക്ഷ, കുളപ്പുറം, 1986) *എം.എൻ. വിജയൻ പ്രഭാഷണങ്ങൾ* (സഹൃദയ സംഘം, കോഴിക്കോട്, 1986) *കവിതയും മനഃശാസ്ത്രവും* (മാതൃഭൂമി, കോഴിക്കോട്, 1987) *ശീർഷാസനം* (അകം സമിതി, തലശ്ശേരി, 1989) *അടയുന്ന വാതിൽ തുറക്കുന്ന വാതിൽ* (മൾബറി, കോഴിക്കോട്, 1990) *വർണ്ണങ്ങളുടെ സംഗീതം* (പെൻ ബുക്സ്, വടകര, 1987) *എം.എൻ. വിജയൻ പ്രബന്ധങ്ങൾ പ്രഭാഷണങ്ങൾ സ്മൃതിചിത്രങ്ങൾ* (ബോധി

പബ്ലിഷേഴ്സ്, കോഴിക്കോട്, 1993) *കാഴ്ചപ്പാട്* (ചിന്ത പബ്ലിഷേഴ്സ്, തിരുവനന്തപുരം,1992) *മരുഭൂമികൾ പൂക്കുമ്പോൾ* (കലാക്ഷേത്രം, കാസർകോട്, 1993) *വാക്കും മനസ്സും* (കലാക്ഷേത്രം, കാസർകോട്, 1994) *കലയിലെ സ്വാതന്ത്ര്യം* (പുരോഗമന കലാ സാഹിത്യ സംഘം, കണ്ണൂർ, 1994) *നൂതന ലോകങ്ങൾ* (കറന്റ് ബുക്സ്, തൃശ്ശൂർ, 1994) *പുതിയ വർത്തമാനങ്ങൾ* (ഇംപ്രിന്റ്, കൊല്ലം, 1995) *സംസ്കാരവും സ്വാതന്ത്ര്യവും* (ചിന്ത പബ്ലിഷേഴ്സ്, തിരുവനന്തപുരം, 1996) *അടയാളങ്ങൾ* (ചിന്ത പബ്ലിഷേഴ്സ്, തിരുവനന്തപുരം, 1997) *മനുഷ്യർ പാർക്കുന്ന ലോകങ്ങൾ* (പ്രവാസി ദോഹ, 1997) *കലയും ജീവിതവും* (ചിന്ത പബ്ലിഷേഴ്സ്, തിരുവനന്തപുരം, 1998) *കവിതയുടെ ലോകപദം* (സമീക്ഷ, കുളപ്പുറം, 2000) *അധിനിവേശത്തിന്റെ വഴികൾ* (ലഫ്റ്റ് വ്യൂസ്, കോഴിക്കോട്, 2000) *പ്രതിരോധങ്ങൾ* (ചിന്ത പബ്ലിഷേഴ്സ്, തിരുവനന്തപുരം, 2001) *ഭയവും അഭയവും* (ചിന്ത പബ്ലിഷേഴ്സ്, തിരുവനന്തപുരം, 2002) *ഫാസിസം സിദ്ധാന്തം, പ്രയോഗം, പ്രതിരോധം* (ചിന്ത പബ്ലിഷേഴ്സ്, തിരുവനന്തപുരം, 2003) *പ്രകൃതിപാഠങ്ങൾ* (സമയം പബ്ലിക്കേഷൻസ്, കണ്ണൂർ, 2003) *വിയോജിക്കാനുള്ള സ്വാതന്ത്ര്യം* (ലഫ്റ്റ് വ്യൂസ്, കോഴിക്കോട്, 2005) *ചുമരിൽ ചിത്രമെഴുതുമ്പോൾ* (ഗ്രീൻ ബുക്സ്, 2003) *കാലിഡോസ്കോപ്* (നിശാഗന്ധി പബ്ലിക്കേഷൻസ്, തൃശ്ശൂർ, 2006) *ഒളിച്ചുകടത്തിയ ആയുധങ്ങൾ* (കൈരളി ബുക്സ്, കണ്ണൂർ, 2006) *എഴുത്തും പ്രത്യയശാസ്ത്രവും* (നിശാഗന്ധി പബ്ലിക്കേഷൻസ്, ഇരിങ്ങാലക്കുട, 2007) *സ്വാതന്ത്ര്യത്തിന്റെ അർത്ഥം* (നിശാഗന്ധി പബ്ലിക്കേഷൻസ്, ഇരിങ്ങാലക്കുട, 2007)

ഇവയ്ക്ക് പുറമേ *സംഭാഷണങ്ങൾ* (മാങ്ങാട് രത്നാകരൻ, കറന്റ് ബുക്സ് തൃശ്ശൂർ, 2001) *അധികാരം അനുരാഗം ആത്മരഹസ്യങ്ങൾ* (എഡി. താഹമാടായി, ചിന്ത പബ്ലിഷേഴ്സ്, തിരുവനന്തപുരം, 2002) *കലാപത്തിന്റെ ഉത്തരങ്ങൾ* (എം.എസ്. ബനേഷ്, ഫാബിയൻ ബുക്സ്, നൂറനാട്, 2004) എന്നീ അഭിമുഖ സമാഹാരങ്ങളും.

എം.എൻ.വിജയൻ എഡിറ്റു ചെയ്ത കൃതികൾ: *നമ്മുടെ സാഹിത്യം നമ്മുടെ സമൂഹം* (കേരള സാഹിത്യ അക്കാദമി, തൃശ്ശൂർ, 2000) *കേസരിയുടെ സാഹിത്യവിമർശനങ്ങൾ* (എസ്.പി.സി.എസ്, കോട്ടയം, 1984) *നവീന ചിത്രകല* (കേസരി ബാലകൃഷ്ണപ്പിള്ള, കേരള ലളിതകലാ അക്കാദമി, തൃശ്ശൂർ, 1990) *എം.ആർ.ബി, ജീവിതം, കൃതികൾ, ദർശനം* (കറന്റ് ബുക്സ്, തൃശ്ശൂർ, 2004) *കേസരിയുടെ ലോകങ്ങൾ* (അകം സമിതി, തലശ്ശേരി 1989), *കഥയുടെ നൂറ്റാണ്ട്*- രണ്ട് വാല്യം, *കവിതയുടെ നൂറ്റാണ്ട്*-രണ്ട് വാല്യം (എസ്.പി.സി.എസ്, കോട്ടയം, 2000-2001)

2007 ഒക്ടോബർ 3-ന് അന്തരിച്ചു.

ഉള്ളടക്കം

മുണ്ടശ്ശേരി മാസ്റ്റർ

മലയാള സാഹിത്യത്തിൽ എപ്പോഴും മുണ്ടശ്ശേരിയുടെ മുഴക്കമുണ്ട്. അകലങ്ങളിൽ കേൾക്കുന്ന, മുന്നോട്ടുതന്നെ പോകുന്ന മുഴക്കം. ഇന്ന് തിരിഞ്ഞുനോക്കുമ്പോൾ അദ്ദേഹം സൃഷ്ടിച്ച അന്തരീക്ഷം മുമ്പും പിമ്പും ആർക്കും കഴിയാത്തതാണ് എന്ന് മനസ്സിലാകുന്നു. ഭാഷയിൽ നിന്ന് ഒരു വാക്കെടുക്കുമ്പോൾ അത് എല്ലാടവും മുട്ടുകയും മുട്ടുന്നിടത്തെല്ലാം ശബ്ദമുണ്ടാക്കുകയും ചെയ്യുന്നു എന്ന് അദ്ദേഹം കണ്ടു. സാഹിത്യത്തിന്റെ ജീവിതബന്ധം, ജീവിതഗന്ധം എന്നെല്ലാമാണ് അദ്ദേഹം ഇതിന് പറഞ്ഞുപോന്നത്. വാശിയേറുമ്പോൾ വാക്കുകൾ ജീവിതോത്ഭിന്നമായിരിക്കണം എന്ന് കനത്തിൽ തന്നെ ഉച്ചരിക്കുകയും ചെയ്തു.

വളരെ സാധാരണമായ കാര്യങ്ങളേ മുണ്ടശ്ശേരി പറഞ്ഞുള്ളൂ. ആളുകൾ ഉണ്ടാക്കുന്നതും ആളുകൾ ഉപയോഗിക്കുന്നതുമായ ഒരു സാധനമാണ് സാഹിത്യം. അതുകൊണ്ട് ജനങ്ങളേയും അവരുടെ ജീവിതത്തേയും അവരുടെ കാലത്തേയും ബാധിക്കുന്ന കാര്യങ്ങളൊക്കെ സാഹിത്യത്തേയും ബാധിക്കും. ഏത് പൂരവും ജനങ്ങളാണ് നടത്തുന്നത്. അൽപം അകന്നുനിന്നുകൊണ്ട് ജനക്കൂട്ടം തന്നെ അത് കാണുകയും ചെയ്യുന്നു. അവർ പറയുന്ന അഭിപ്രായമാണ്, അവരുടെ വിശദീകരണമാണ്, അവരുടെ വിലയിരുത്തലാണ് നിരൂപണം. മുണ്ടശ്ശേരി നിരൂപണത്തെ കേരളത്തിലെ ഒരു നിത്യോപയോഗസാധനമാക്കിത്തീർത്തു. മറ്റാർക്കും ചെയ്യാൻ കഴിയാതിരുന്ന ഒരു കാര്യമാണിത്. അതിന്റെ വലിപ്പം നാം അറിയാത്തത് അതത്രയ്ക്ക് വലുതായതുകൊണ്ടാണ്.

മുണ്ടശ്ശേരിയിൽ ഒരു പ്രബോധകന്റെ സ്വരമുണ്ടായിരുന്നു. തീരെ പുതിയ കാര്യങ്ങൾ ഓർമ്മിപ്പിക്കുവാനാണ് അദ്ദേഹം വന്നത്. അതുകൊണ്ട് പ്രബോധകനെപ്പോലെ അദ്ദേഹം ഉറക്കെ ഉറക്കെ പറഞ്ഞു. ആവർത്തിച്ച് ആവർത്തിച്ച് പറയുകയും ചെയ്തു. ചില

രസികൻമാർക്ക് അത് വിരസത ഉണ്ടാക്കിയിരിക്കണം. രസിപ്പിക്കുക യായിരുന്നില്ല, ഉണർത്തുകയും, നയിക്കുകയും ആയിരുന്നു അദ്ദേഹത്തി ന്റെ ലക്ഷ്യം.

മുണ്ടശ്ശേരി കാലത്തെക്കുറിച്ച് എപ്പോഴും ഓർമ്മിപ്പിച്ചുകൊണ്ടേയിരു ന്നു. കാലഹരണമായി, കാലദാസ്യമായി, കാലത്തിന്റെ കണ്ണാടിയായി ഈ മാനങ്ങൾ പലപാട് പ്രത്യക്ഷമാകുന്നുണ്ട്. മനുഷ്യാനുഭവങ്ങളുടെ ചലിക്കുന്ന ക്ഷേത്രഫലമാണ് കാലം എന്ന് മാസ്റ്റർക്കറിയാമായിരുന്നു. കാലം ഹരിക്കുകയും പെരുക്കുകയും ചെയ്യും. കാലവർഷമാണ്, ജീവി തക്ഷേത്രത്തിലെ ഏത് ബീജത്തേയും പിന്നീട് തെഴപ്പിക്കുന്നത് എന്ന ഈ കാഴ്ചപ്പാട് അവസരവാദമായി തെറ്റിദ്ധരിക്കപ്പെട്ടിട്ടുണ്ട്.ശരിയായ കാര്യങ്ങൾ തെറ്റാണെന്ന് തോന്നുമാറ് പറഞ്ഞെത്തിക്കുവാനുള്ള കഴിവ് മുണ്ടശ്ശേരിയെപ്പോലെ മറ്റ് നിരൂപകർക്ക് ഉണ്ടായിരുന്നില്ല. അതുകൊണ്ട് കാളിദാസനെക്കുറിച്ച് മറ്റുള്ളവർ പറഞ്ഞ തെറ്റുകൾ ഇപ്പോഴും ശരിയായി വിറ്റഴിക്കപ്പെടുന്നു.

വാസ്തവത്തിൽ മുണ്ടശ്ശേരി,ചതുരശ്രങ്ങളായ പുതിയ സിദ്ധാന്തങ്ങൾ അവതരിപ്പിക്കുകയല്ല ചെയ്യുന്നത്. അദ്ദേഹത്തിന്റേത് മാറിമാറിയുള്ള ഊന്നൽ മാത്രമായിരുന്നു. രസധ്വനി, ഭാവഭദ്രത, രൂപഭദ്രത, നാടകീയത എന്നിവയെല്ലാം തന്നെ. ഇവയെല്ലാം വിശദീകരിക്കുമ്പോഴും ഉദാഹരി ക്കുമ്പോഴും അദ്ദേഹം തന്നെത്തന്നെ നിഷേധിക്കുകയും ചെയ്തു പോന്നു.

ഈ നിഷേധം സഹജമായ ഗത്യാത്മകതയുടെ, പുരോഗതിയുടെ, സ്വഭാവമായിരുന്നു എന്ന് മുണ്ടശ്ശേരി പോലും മനസ്സിലാക്കിയിരുന്നുവോ എന്ന് സംശയമാണ്. അതുകൊണ്ട് കാവ്യപീഠികയിലായാലും രൂപഭദ്ര തയിലായാലും നാടകാന്തത്തിലായാലും തന്റെ സിദ്ധാന്തങ്ങൾ ഉറപ്പി ക്കാൻ ശ്രമിക്കുമ്പോഴെല്ലാം അദ്ദേഹം ഉറപ്പില്ലാത്തവനായിത്തീരുന്നു. പദ്യം പ്രാകൃതമാണെന്നും ഭാവഗീതികൾ ക്ഷുദ്രങ്ങളാണെന്നും സമർത്ഥി ച്ചുകൊണ്ടിരിക്കേ, താൻ ജീവിതം മുഴുവൻ നിരൂപണം ചെയ്ത് പോന്നത് പദ്യരൂപമായ ഭാവഗീതിയെത്തന്നെയാണെന്നോർത്ത് അദ്ദേഹം അമ്പരക്കുന്നു. നിൽക്കുന്നവർക്ക് തോന്നാത്തതും നടക്കുന്നവർക്ക് തോന്നുന്നതുമായ ഒരു അമ്പരപ്പുമാത്രമാണിത്. പറഞ്ഞതുതന്നെ വീണ്ടും പറയുകയല്ല,കാലാകാലങ്ങളിൽ താൻ കണ്ടത് വിളിച്ചറിയിക്കുകയാണ് ജീവിക്കുന്ന നിരൂപകന്റെ ധർമ്മം. മുണ്ടശ്ശേരി ജീവിക്കുകയും ജീവിക്കു ന്നതു കൊണ്ട് മാറിത്തീരുകയും ചെയ്തു. താൻ നടന്നുപോകുമ്പോൾ അദ്ദേഹം കാലത്തേയും മുന്നോട്ടുകൊണ്ടുപോയി.

നവംബർ 1988

ഇടപ്പള്ളിയുടെ സ്വരം

ഇടപ്പള്ളിയുടെ ജീവിതത്തിന് ഏറെക്കുറെ പൂർണമായ അനാഥത്വം ഉണ്ടായിരുന്നു. നീട്ടിയ കൈകൊണ്ട് ഒരിടത്തുവെച്ചും ലോകത്തിനു കൊടുക്കുവാൻ അദ്ദേഹത്തിന് കഴിഞ്ഞില്ല. താൻ ജീവിച്ചിരിക്കുന്നു എന്ന റിയിക്കുന്ന സ്പർശം. അതുകൊണ്ട് ഇടപ്പള്ളിയുടെ സംഭാഷണമെല്ലാം മൗനത്തിലേക്ക് മടങ്ങിവന്നു. അമ്മ ഒരില്ലായ്മയാണെന്നും അച്ഛൻ ഒരു നിരാസമാണെന്നും ഇടപ്പള്ളി അറിഞ്ഞു. കൂട് അണയാനുള്ളതല്ല, വെടി യാനുള്ളതാണ് എന്ന നിർവേദം അദ്ദേഹത്തെ വേദമോ വേദാന്തമോ പഠിപ്പിച്ചതല്ല. മനുഷ്യ ജീവിതം മോക്ഷമാർഗമാണെന്ന് ആരാണദ്ദേ ഹത്തെ അറിയിച്ചത്?

> *"നാലഞ്ചുകമ്പിനാൽ തീർത്ത കുടിലിൽ ഞാൻ*
> *നാകത്തെ നിത്യവും കണ്ടിരുന്നു"*

യഥാർത്ഥമായ ഈ മുളങ്കുടിലിൽ കിടക്കുമ്പോഴാണ് ഇടപ്പള്ളി യുടെ ഭാവനയ്ക്ക് തീപ്പിടിച്ചത്. താൻ ചായുന്നിടത്ത് ഭൂമിയില്ല എന്നും താൻ പറയുന്നിടത്ത് കാതുകളില്ല എന്നും താൻ മത്സരിക്കുന്നിടത്ത് ജയമില്ല എന്നും അദ്ദേഹം മനസ്സിലാക്കി. മറ്റുള്ളവരുടെ അടയാളങ്ങ ളെല്ലാം ഇടപ്പള്ളിക്ക് വിപരീതങ്ങളായി. ലോകം തന്റെ കൂടെയല്ല എന്ന വിപരീത സാമൂഹ്യബോധം.

> *"സഹതപിക്കാത്ത ലോകമേ, എന്തിലും*
> *സഹകരിക്കുന്ന ശാരദാകാശമേ"*

തൊട്ടതിലെല്ലാം തോറ്റവനായിരുന്നു ഇടപ്പള്ളി. ജന്മത്തിൽ, വർണ ത്തിൽ, ജീവിതത്തിന്റെ പരീക്ഷകളിൽ, തന്നെക്കാൾ എത്രയോ ഇളയ വനായ ചങ്ങമ്പുഴയോടൊപ്പം ഓടിയെത്തുവാൻപോലും അദ്ദേഹത്തിന് കഴിഞ്ഞില്ല. അതുകൊണ്ട് ഇടപ്പള്ളിയുടെ തത്വശാസ്ത്രം പരാജയത്തിന്റെ തത്വശാസ്ത്രമായിത്തീർന്നു. തോൽക്കാനൊരിടം, കരയാനൊരിടം,

മരിക്കാനൊരിടം- ലോകത്തെ ഇങ്ങനെ കാണുക ഇന്ന് വിഷമമാണെന്ന് തോന്നാം. മലർപൊടി വിറ്റുവാങ്ങുന്ന പെണ്ണാളിനെ ആകാശത്തിൽ മേച്ചുനടക്കാമെന്ന് മാത്രമേ അദ്ദേഹം അങ്ങേയറ്റം മോഹിച്ചിരിക്കു. എലിയെവിറ്റ് വ്യവസായിയാകാമെന്ന ബൂർഷ്വാ വ്യാമോഹത്തിൽ ഇടപ്പള്ളി എത്തിയിരുന്നില്ല. താൻ കണ്ടതെല്ലാം ദുഃഖത്തിന്റെ നിഴൽവീണ കാഴ്ചകളായിരുന്നുവെന്നും തന്റെ കിണ്ണത്തിലുള്ളത് തന്റെ കണ്ണീരുതന്നെയാണെന്നും അദ്ദേഹം മനസ്സിലാക്കി. താനൊരധഃകൃതനാണെന്നുവരെ അദ്ദേഹം ചിന്തിച്ചെത്തിയിരുന്നു. അവിടെനിന്ന് വിപ്ലവകരമായ സമൂഹബോധത്തിലേക്ക് അൽപം ദൂരമേയുള്ളൂ. നീരാവി കാലമേഘമായും കാലവർഷമായും മഹാപ്രളയമായും മാറിത്തീരുന്നതെങ്ങനെയെന്നറിയുവാൻ ഏറെ താമസിക്കേണ്ടിയിരുന്നില്ല. അതിനു മുമ്പുള്ള സാന്ധ്യബിന്ദുവിലാണ് അദ്ദേഹം ജ്വലിച്ചമർന്നത്.

ഇല്ലായ്മയിലൂടെ, ജയമില്ലായ്മയിലൂടെ, ഭാഗ്യമില്ലായമയിലൂടെ. ഉൺമയേക്കാൾ ഗംഭീരമായ ചരിത്രസത്യമായിരുന്നു ഇത്. ഈ ലോകം ഒരു നാടകവേദിയാണെന്നല്ല, ഈ ലോകം തന്റെ വേദിയല്ലെന്നാണദ്ദേഹം മനസ്സിലാക്കിയത്. അതുകൊണ്ട് അദ്ദേഹത്തിന്റെ സ്വരം ഏകതാനമായിത്തീർന്നു. ഇടപ്പള്ളിയുടെ ജീവിതത്തിൽ ജീവിതവിരുദ്ധമായ ഘടകങ്ങളുണ്ടായിരുന്നതുപോലെ കലയിൽ കലാവിരുദ്ധമായ ഒരടിയൊഴുക്കുണ്ടായിരുന്നു എന്നിപ്പോൾ കാണാം. ഇടപ്പള്ളിയുടെ കല ജീവിതത്തിൽ ഇടറിപ്പോകുന്നു. കലയും ജീവിതവും തമ്മിലുള്ള വിഭാജകരേഖതന്നെ മാഞ്ഞുപോകുന്നു. ഇത് സൃഷ്ടിയുടെ പരാജയമാകാം. ഇത് കേവലമായ ആത്മാർത്ഥതയുമാകാം. രക്തസാക്ഷികൾ മരണംകൊണ്ട് ജീവിതത്തിന്റെ ചരിത്രമെഴുതുന്നു.

ഏപ്രിൽ 1989

ചങ്ങമ്പുഴ

1948-ൽ മരിക്കുന്നതിന് ഏതാനും നാൾമുമ്പ് ഞാൻ ചങ്ങമ്പുഴയെ കണ്ടിരുന്നു. ക്ഷയരോഗ ബാധിതനായി ഇടപ്പള്ളിയിലുള്ള വീട്ടിലായിരുന്നു അദ്ദേഹം. രോഗം മക്കൾക്കും ഭാര്യക്കും പകരരുത് എന്ന ശാഠ്യത്തിൽ വീടിന്റെ മുറ്റത്ത് ഒരു കുടിൽ കെട്ടി അതിൽ തനിച്ചായിരുന്നു ചങ്ങമ്പുഴ പാർത്തിരുന്നത്. ഒരു ഇനാമൽ മഗ്ഗിലേക്ക് ഇടവിട്ട് അദ്ദേഹം തുപ്പിക്കൊണ്ടിരുന്നു. എന്നാൽ ഭാര്യക്കും മക്കൾക്കും രോഗം പകരരുത് എന്ന ശാഠ്യത്താലാണ് കുടിലിൽ കഴിയുന്നത് എന്നത് അദ്ദേഹത്തിന്റെ നാട്യമായിരുന്നു. അദ്ദേഹത്തിന്റെ കിടക്കക്കടിയിൽ സൂക്ഷിച്ചിട്ടുള്ള മദ്യം ഇടവിട്ട് കുടിക്കുന്നതിനുവേണ്ടിയുള്ള സൂത്രമായിരുന്ന ഇത്. മദ്യപിക്കരുതെന്ന് ഡോക്ടർ കർശനമായി വിലക്കിയിരുന്നു. വിലക്കുകളെ ലംഘിക്കുന്നതിൽ ചങ്ങമ്പുഴ അപാരമായ ആനന്ദം കണ്ടെത്തി.

ഞാനുമായി അന്ന് അദ്ദേഹം മണിക്കൂറുകളോളം സംസാരിച്ചിരുന്നു. വളരെ സന്തോഷവാനായിരുന്നു അദ്ദേഹം. ടി.ബി. രോഗം മനുഷ്യന് മാനസികമായ ലാഘവം പ്രദാനം ചെയ്യുമെന്നുള്ളത് ചങ്ങമ്പുഴയുടെ കാര്യത്തിൽ തീർത്തും ശരിയാണ്. ടി.ബിക്ക് കഴിക്കുന്ന ഐ.എൻ.എച്ച്. പോലുള്ള മരുന്നുകൾ സന്തോഷം പ്രദാനം ചെയ്യുന്നവയാണ്.

അക്കാലത്ത് ടി.ബിയുടെ മരുന്ന് കണ്ടുപിടിച്ചുവരുന്നതേ ഉള്ളൂ. പെൻസിലിൻ പ്രചാരത്തിലായിട്ടുണ്ട്. പെൻസിലിൻ കണ്ടുപിടിച്ച അലക്സാണ്ടർ ഫ്ളെമിങ്ങ് അക്കാലത്തെ ഏറ്റവും ആരാധ്യനായ മനുഷ്യനായിരുന്നു. അദ്ദേഹം മദ്രാസ് സ്റ്റാൻലി മെഡിക്കൽ കോളജിൽ കോൺഫറൻസിനു വന്നപ്പോൾ ഒരു നോക്കു കാണുന്നതിനായി ഞാൻ കാത്തു നിന്നിട്ടുണ്ട്. കാറിൽ അദ്ദേഹം കടന്നുപോവുന്നത് കണ്ട് തൃപ്തിപ്പെടുകയും ചെയ്തു.

അന്ന് ചങ്ങമ്പുഴയുടെ വീട്ടിൽ ഭാര്യയും മകൻ ശ്രീകുമാറും രണ്ടു പെൺകുട്ടികളുമാണ് ഉണ്ടായിരുന്നത്. മകനെ 'ശ്രീ' എന്ന് ചങ്ങമ്പുഴ നീട്ടി വിളിക്കും. നാടകങ്ങളിലും സിനിമകളിലും കാണുന്ന ടിപ്പിക്കൽ ദരിദ്രകുടുംബങ്ങളിലെ കുട്ടികളെപ്പോലെ വള്ളി ട്രൗസറിട്ട് മൂക്കൊലിപ്പിച്ച് ശ്രീ കടന്നുവരും.

ചങ്ങമ്പുഴയുടെ ലോകം ഒരു തരം കൃത്രിമ ലോകമായിരുന്നു. ചിലർക്ക് ചങ്ങമ്പുഴ ചെയ്യുന്നത് തെറ്റാണെന്ന് തോന്നും. കവിയുടെ മറ്റു ചില പ്രവൃത്തികളിൽ ആരാധന തോന്നും. അത് അതേപടി അനുകരിക്കാൻ കഴിഞ്ഞെങ്കിൽ എന്ന് നാം ആഗ്രഹിക്കും. കവികൾ പലതും ചെയ്യുന്നത് ധിക്കാരം കൊണ്ടല്ല. മറിച്ച് സമൂഹത്തിന്റെ ചിട്ടകൾ അനുസരിക്കാൻ കഴിയാത്ത ഒരുതരം പരാജയം കൊണ്ടാണ്. ഇതിനെ നിങ്ങൾക്ക് പ്രതിഭ എന്നോ വിവരക്കേട് എന്നോ പറയാം. അതുകൊണ്ടാണ് ചങ്ങമ്പുഴയുടെ ലോകം പരാജിതന്റെ ലോകം എന്നു പറയുന്നത്.

സാമുദായിക വ്യവസ്ഥയിലെ പല നിയമങ്ങളും പ്രത്യയശാസ്ത്രങ്ങളും ചങ്ങമ്പുഴയിൽ രൂപപ്പെടുന്നില്ല. അതുകൊണ്ടാണ് ചങ്ങമ്പുഴ വെറുക്കപ്പെട്ട, ധൂർത്തനായ മനുഷ്യനായി അറിയപ്പെടുന്നത്. ഒരു വിഭാഗം കലാകാരന്മാർ വ്യവസ്ഥയെ ലംഘിക്കുന്നവരാണ്. എങ്ങനെയാണ് കുളിക്കുന്നത് എന്ന വ്യവസ്ഥ ജോൺ എബ്രഹാം പാലിച്ചിരുന്നില്ല. ഒരു വിഭാഗം കലാകാരന്മാർ വ്യവസ്ഥയുടെ ആരാധകരാണ്. തുഞ്ചത്തെഴുത്തച്ഛൻ വ്യവസ്ഥയെ ആരാധിച്ചിരുന്ന കവിയാണ്. ചങ്ങമ്പുഴ വ്യവസ്ഥയുമായി നിരന്തരം കലഹിച്ചു. ഈ കലഹം Romantic എന്നു പറയുന്ന കാലഘട്ടത്തിന്റെ പ്രത്യേകതയാണ്.

ചങ്ങമ്പുഴ സുന്ദരനായിരുന്നു. ഒഴുകി നീണ്ടുപോകുന്ന വിരലുകളാണ് ചങ്ങമ്പുഴയിൽ ഞാൻ കണ്ടിട്ടുള്ള പ്രത്യേകത. വെളുത്ത് നീണ്ടു മെലിഞ്ഞ് സ്വർണ്ണക്കണ്ണട വെച്ചിട്ടുള്ള താൻ സുന്ദരനാണെന്ന് ചങ്ങമ്പുഴക്ക് നന്നേ ധാരണയുണ്ടായിരുന്നു. ചില ദിവസങ്ങളിൽ കാവിയും രുദ്രാക്ഷവും ധരിച്ചാണ് അദ്ദേഹം പ്രത്യക്ഷപ്പെടുക. ചിലപ്പോൾ സ്വർണ്ണനിറമുള്ള സിൽക്ക് ജുബ്ബയും മുണ്ടും സ്വർണ്ണക്കണ്ണടയും ധരിച്ച് തന്റെ സ്വർണ്ണനിറമുള്ള ശരീരത്തിന്റെ പ്രകാശവും പരത്തി ഒരു സ്വർണ്ണവിഗ്രഹമായി അദ്ദേഹം നിങ്ങളുടെ അടുത്തേക്ക് വന്നേക്കാം. അത് കുട്ടികളുടേത്പോലുള്ള കൗതുകം മുറ്റിയ ഒരു തരം വേഷം കെട്ടലായിരുന്നു. നമ്മുടെ കമലാദാസിനും ഇതേ അവസ്ഥയുണ്ട്.

ഷെല്ലിയും വൈലോപ്പിള്ളിയും പറഞ്ഞത് കുട്ടികൾക്ക് 16 വയസ്സ് കഴിയരുത് എന്നാണ്. എന്നും 16 കഴിയാത്ത കുട്ടിയായിരുന്നു ചങ്ങമ്പുഴ. അദ്ദേഹം എപ്പോഴും പുതുമ അന്വേഷിച്ചുകൊണ്ടിരുന്നു. ഇന്നു ധരിക്കുന്ന

വസ്ത്രം നാളെ ധരിക്കില്ല. ഇന്ന് കുടിക്കുന്ന മദ്യം അദ്ദേഹം നാളെ കുടിക്കില്ല. പ്രണയവും അതുപോലെ തന്നെ. ഒരു കുട്ടിയെ പോലെ ചുട്ടുചോറുമാന്തി അദ്ദേഹത്തിന് എപ്പോഴും പൊള്ളലേൽക്കുമായിരുന്നു. നമുക്ക് IAS കിട്ടി ബാംഗ്ലൂരിൽ ഫ്ളാറ്റ് വാങ്ങി 306 പേജുള്ള സർവ്വീസ് സ്റ്റോറി എഴുതി സ്വസ്ഥജീവിതം നയിക്കാം. ചങ്ങമ്പുഴക്കതിന് കഴിയുമായിരുന്നില്ല. He was always experimenting with life. ജീവിതത്തിന്റെ ഓരോ നിമിഷങ്ങളും അദ്ദേഹം അനുഭവിക്കുകയായിരുന്നു.

പുരോഗമന കലാസാഹിത്യ സംഘത്തിന്റെ കോട്ടയം മീറ്റിങ്ങിൽ ചങ്ങമ്പുഴ പ്രസിദ്ധരുടെ ഉദ്ധരണികൾ ഉദ്ധരിച്ചാണ് പ്രസംഗിച്ചത്. തനിക്ക് പാണ്ഡിത്യമില്ല എന്ന വിമർശനത്തിന് അദ്ദേഹം മറുപടി പറയുകയായിരുന്നു.

കവിതയെഴുത്തിനു പുറമെ ജാതകമെഴുത്തും ചങ്ങമ്പുഴയുടെ ജോലിയായിരുന്നു. ആവശ്യപ്പെടുന്ന ആർക്കും ചങ്ങമ്പുഴ ജാതകം എഴുതിക്കൊടുക്കുമായിരുന്നു. 'നിന്റെ ജാതകം എഴുതും' എന്ന് പറഞ്ഞ് നിരവധി പേരെ ചങ്ങമ്പുഴ ഭയപ്പെടുത്തിയിട്ടുണ്ട്. കൈ നോക്കലും ചങ്ങമ്പുഴക്ക് വശമായിരുന്നു.

ചങ്ങമ്പുഴക്ക് ഒട്ടും അഹങ്കാരമില്ലായിരുന്നു എന്നെനിക്ക് ഉറപ്പുണ്ട്. അത്രക്ക് സ്വാഭാവികമായിരുന്നു അദ്ദേഹത്തിന്റെ മനുഷ്യത്വം. എറണാകുളത്തെ വൈറ്റ് ഹാൾ എന്ന തുണിക്കടയിൽ ചങ്ങമ്പുഴ കടന്നുവരും. ഒരു കസേര വലിച്ചിട്ട് കടയുടെ മധ്യത്തിൽ കാലിൻമേൽ കാൽ കയറ്റി വെച്ച് ചങ്ങമ്പുഴ ഇരിക്കും. സ്വർണ്ണക്കണ്ണട ഇടവിട്ട് ഊരി തുടച്ചുകൊണ്ടിരിക്കും. ഒരു വസ്ത്രംപോലും ചങ്ങമ്പുഴ വാങ്ങുന്നതു കണ്ടിട്ടില്ല. താനിവിടെ ഉണ്ട് എന്ന ലോകത്തോടുള്ള പ്രഖ്യാപനമായിരുന്നു അത്.

ഫൈനാൻസ് സെക്രട്ടറിയായിരുന്ന ഉള്ളൂർ എം.എ.ക്ക് പഠിക്കുമ്പോൾ ചങ്ങമ്പുഴയുടെ എക്സാമിനർ ആയിരുന്നു. ഉള്ളൂരും വ്യാകരണ അധ്യാപകനായ ഗോദവർമ്മയും ചേർന്ന് തന്നെ ഓണേഴ്സിന് തോൽപിച്ചു എന്ന് ചങ്ങമ്പുഴ പറഞ്ഞു നടന്നിരുന്നു. വാസ്തവത്തിൽ ചങ്ങമ്പുഴക്ക് വ്യാകരണം അറിയില്ലായിരുന്നു. ഗ്രാമർ പഠിക്കേണ്ട ഒരു സാധനമാണെന്ന് ചങ്ങമ്പുഴ വിചാരിച്ചില്ല. വൃത്തവും പ്രാസവും തെറ്റിക്കാൻ ചങ്ങമ്പുഴക്കറിയില്ലായിരുന്നു.

സ്വന്തം കവിത എം.എക്ക് ചങ്ങമ്പുഴയുടെ പാഠപുസ്തകമായിരുന്നു എന്ന് പറയുന്നത് തെറ്റാണ്. ആരാധനകൊണ്ട് രൂപപ്പെടുന്ന ഒന്നാവാനെ ഇത് വഴിയുള്ളൂ. ചങ്ങമ്പുഴയുടെ കവിത പാഠപുസ്തകമാക്കുന്നതിനെ കുറിച്ച് ചർച്ച വന്നപ്പോഴൊക്കെ 'മലരണിക്കാടുകൾ

തിങ്ങിവിങ്ങി' എന്നൊരു വരിയുടെ അർത്ഥം എങ്ങനെയാണ് പറയുക എന്നാണ് അധ്യാപകർ പറയുന്നത്. 1950-ന് ശേഷമാണ് ചങ്ങമ്പുഴയുടെ 'യവനിക' പഠിപ്പിക്കാൻ എടുത്തത് അതിലൊരു കാരണം അത് ടാഗോറിന്റെ കവിതയുടെ തർജമയായിരുന്നു എന്നതാണ്.

സ്ത്രീയുടെ സ്പർശം ചങ്ങമ്പുഴയുടെ കവിതയിൽ നിറഞ്ഞിരുന്നു. കവിതയിൽ ഒരു സ്ത്രീയുടെ ഹൃദയത്തിലേക്കിറങ്ങി വന്ന് ഒരു സ്ത്രീയായി ചങ്ങമ്പുഴ പരിണമിച്ചിരുന്നു. ഈ തരളസ്പർശവും ചങ്ങമ്പുഴയുടെ രൂപവും നിരവധി സ്ത്രീകളെ ചങ്ങമ്പുഴയിലേക്കാകർഷിച്ചിരുന്നു. ഒരു ഡോക്ടറുടെ ഭാര്യയുമായുള്ള ചങ്ങമ്പുഴയുടെ പ്രണയവും കത്തിടപാടുകളും അദ്ദേഹത്തിന് ഏറെ ബുദ്ധിമുട്ട് സൃഷ്ടിച്ചു.

കാളിദാസന്റെ തർജമയെടുത്ത് വളരെ ഈസിയായി ചങ്ങമ്പുഴ പരിഭാഷപ്പെടുത്തിയിരുന്നു. ലൈബ്രറി പുസ്തകങ്ങൾ എടുത്താൽ അതിന്റെ മാർജിനിൽ കുറിപ്പെഴുതും. എന്ത് കിട്ടിയാലും അതിൽ ഒപ്പിട്ട് അവകാശം സ്ഥാപിക്കുക ചങ്ങമ്പുഴയുടെ സ്വഭാവമായിരുന്നു. അത് ആ തലമുറയുടെ സ്വഭാവമായിരുന്നു. ഹോട്ടലിൽ നിന്ന് ഊണു കഴിച്ചാൽ ചങ്ങമ്പുഴ നൽകുന്നത് രണ്ടു വരി കവിത. ക്ലാസ്സിൽ നിന്ന് ടീച്ചർ പുറത്താക്കുമ്പോൾ ടീച്ചർക്കായി ചങ്ങമ്പുഴയുടെ രണ്ടു വരി കവിത. ടീച്ചർ മരിച്ചുപോയി. ചങ്ങമ്പുഴയുടെ കവിത മരിച്ചിട്ടില്ല.

ഇടപ്പള്ളി ചങ്ങമ്പുഴയുടെ സുഹൃത്തായിരുന്നു. രണ്ടുപേരും കവികൾ. ഇടപ്പള്ളി ഒരു മന്ദബുദ്ധിയായിരുന്നു. പത്താം ക്ലാസ്സിലും വിദ്വാൻ പരീക്ഷക്കും അദ്ദേഹം തുടർച്ചയായി തോറ്റു. അദ്ദേഹം വിരൂപനായിരുന്നു. ജീവിതത്തിലുണ്ടായ ദുരന്തങ്ങൾ കൊണ്ട് അദ്ദേഹം ആരോടും അധികമൊന്നും സംസാരിച്ചില്ല. കറുത്ത് വിരൂപനായിരുന്നു അദ്ദേഹം. 'അസ്ഥിക്കറുമ്പൻ' എന്നാണ് ഇടപ്പള്ളിയെ സ്കൂളിലെ കുട്ടികൾ വിളിച്ചിരുന്നത്. ഇ.വി കൃഷ്ണപ്പിള്ളയുടെ അവതാരികയിൽ ചങ്ങമ്പുഴയുടെ സമാഹാരം പുറത്തുവന്നപ്പോൾ സെക്രട്ടറിയേറ്റിലെ ആരെയോ സ്വാധീനിച്ച ഇടപ്പള്ളി ഉള്ളൂരിന്റെ അവതാരികയിൽ പുസ്തകമിറക്കി. അങ്ങനെ ഉള്ളൂർ ചങ്ങമ്പുഴയുടെ ശത്രുവായി.

അനുഭവങ്ങളോട് ഏറ്റവും സത്യസന്ധത പുലർത്തിയ കവിയായിരുന്നു ചങ്ങമ്പുഴ. ചങ്ങമ്പുഴ തോന്നുമ്പോൾ ഒരുപാട് സ്നേഹിക്കുകയും തോന്നുമ്പോൾ ഒരു പാട് വെറുക്കുകയും ചെയ്തു. അത്രമാത്രം അദ്ദേഹം സത്യസന്ധനായിരുന്നു. Immediate action ആയിരുന്നു അദ്ദേഹത്തിന്റെ രീതി.

തൃപ്പൂണിത്തുറ മഹാത്മാ വായനശാലയിൽ കൂടിയ യോഗത്തിൽ ചങ്ങമ്പുഴ ഇനി എഴുതരുത് എന്ന പ്രമേയം പാസ്സാക്കിയിരുന്നു. ചങ്ങമ്പുഴ എഴുതിയത് കവിത ആണെന്നും ആ കവിത തടുക്കാൻ ആർക്കും കഴിയില്ല എന്നും തിരിച്ചറിഞ്ഞതുകൊണ്ടാണ് അത്തരം ഒരു പ്രമേയം പാസ്സാക്കപ്പെട്ടത്. ചങ്ങമ്പുഴക്കവിതയുടെ വിഷാദാത്മകത്വത്തെ കുറിച്ചാണ് സഞ്ജയൻ പറഞ്ഞത്. എന്നാൽ ജീവിതത്തിൽ നൂറുജന്മം ദുഃഖിക്കാനുള്ള ദുരന്തങ്ങൾ ഉണ്ടായിട്ടുള്ള ആളാണ് സഞ്ജയൻ. ദുഃഖം സഞ്ജയൻ ചിരിച്ചു തീർക്കുകയായിരുന്നു. "കരളെരിഞ്ഞാലും തല പുകഞ്ഞാലും ചിരിക്കണ"മെന്നതായിരുന്നു സഞ്ജയന്റെ മതം. സഞ്ജയന് ദുഃഖിക്കാനുള്ളതിന്റെ ഒരു ശതമാനംപോലും ദുഃഖിക്കാൻ ചങ്ങമ്പുഴക്കുണ്ടായിരുന്നില്ല.

എന്നിട്ടും ചങ്ങമ്പുഴ എപ്പോഴും കരഞ്ഞുകൊണ്ടിരുന്നു. ഒരു കാറ്റാടി വെച്ചിട്ട് അത് കാറ്റിൽ തിരിയില്ലെന്ന് ബലം പിടിച്ചാൽ അത് കാറ്റാടിയാകില്ല. ചങ്ങമ്പുഴ എന്ന കാറ്റാടി ഒരു ചെറുകാറ്റിൽ പോലും തിരിഞ്ഞ്, ഒരിക്കലും ഉറങ്ങാതെ മറ്റുള്ളവരുടെ ദുഃഖങ്ങൾ പിടിച്ചെടുത്തുകൊണ്ടിരുന്നു.

കേസരി പറഞ്ഞത് കുഞ്ചൻനമ്പ്യാർക്ക് ശേഷം ഭാഷയെ ഇതുപോലെ ഉപയോഗിച്ച ഒരാൾ ഉണ്ടായിട്ടില്ല എന്നാണ്. directness ന്റെ പാരമ്യവും creativeness ന്റെ സമൃദ്ധിയുമായിരുന്നു ചങ്ങമ്പുഴ. എല്ലാവരും ചങ്ങമ്പുഴയെ സ്നേഹിക്കുകയും കൊതിക്കുകയും ചെയ്തു. സഞ്ജയൻ മുതൽ വിപ്ലവകാരികൾവരെ ചങ്ങമ്പുഴയെ ആഗ്രഹിച്ചു. ചങ്ങമ്പുഴ ആർക്കും പിടികൊടുത്തില്ല.

1929 ലോകമുതലാളിത്തത്തിന്റെ ഒരു മാന്ദ്യകാലഘട്ടമാണ്. ആ കാലഘട്ടത്തിന്റെ ഉൽപന്നം തോൽവിയാണ്. ആ തോൽവി ഇനി വരാൻ പോവുന്നേയുള്ളൂ. അതുകൊണ്ടാണ് ചങ്ങമ്പുഴ ലോകം മുഴുവൻ തന്നെ പറ്റിക്കുകയാണ്; 'കപട ലോകത്തിൽ ആത്മാർത്ഥമായ ഹൃദയം തന്റേതുമാത്രമാണെന്ന്' വിളിച്ചു പറഞ്ഞു കൊണ്ടിരുന്നത്. ഇത് എല്ലാ അച്ഛനമ്മമാരും അയലത്തെ കുട്ടിയാണ് തന്റെ മകനെ ചീത്തയാക്കിയതെന്ന് പറഞ്ഞുകൊണ്ടിരിക്കുന്ന പോലെയാണ്. തോൽവിയും ജയവും ഫ്യൂഡലിസത്തിലില്ല. മുതലാളിത്തം വിജയിക്കുന്നവന്റെയാണ്. ഫ്യൂഡൽ വ്യവസ്ഥയിൽ കഞ്ഞി കുമ്പിളിൽ കുടിച്ചാലും കോരന് പ്രതിഷേധമില്ല. മുതലാളിത്ത വ്യവസ്ഥിതിയിൽ കഞ്ഞി കുമ്പിളിൽ കുടിച്ചാൽ കോരൻ പ്രതിഷേധിക്കുന്നു.

തോൽവിയുടെ കവിയായതുകൊണ്ടാണ് ചങ്ങമ്പുഴ ഒരു കാലഘട്ടത്തിന്റെ കവിയായി മാറിയത്. സർദാർ വല്ലഭായി പട്ടേൽ കോടതിയിൽ

വാദിക്കുമ്പോൾ ഭാര്യ മരിച്ചു എന്ന ടെലഗ്രാം വരുന്നു. കമ്പി പോക്കറ്റിലിട്ട് അദ്ദേഹം വാദം പൂർത്തിയാക്കിയെന്ന് കഥ. അചഞ്ചലരായ ആളുകളെ അപേക്ഷിച്ച് ചപലന്മാർക്ക് മാറ്റത്തിന്റെ മണം പെട്ടെന്ന് പിടിച്ചെടുക്കാൻ കഴിയുന്നു എന്നതാണ് ചങ്ങമ്പുഴ എന്ന വാക്കിന്റെ അർത്ഥം.

മാർച്ച് 2001

ഇ എം എസിന്റെ സാഹിത്യസാംസ്കാരിക സംഭാവനകൾ

നാം ജീവിക്കുന്ന തലമുറയിലെ ഏറ്റവും ജാഗ്രതയുള്ള വ്യക്തിയായിരുന്നു ഇ എം എസ് .അതുകൊണ്ട് തന്നെ ചരിത്രമെന്നുള്ളത് അദ്ദേഹത്തിന് വർത്തമായിത്തീരുകയും സമൂഹമെന്നുള്ളത് അയൽവീടാവുകയും ചെയ്തു. ചരിത്രത്തിലും സമൂഹത്തിലും നിരന്തരമായും നിരങ്കുശമായും ജീവിക്കുകയും ചെയ്തു. ഭക്ഷണം കഴിക്കുമ്പോൾ പോലും ഇ എം എസ് ജനങ്ങളാൽ വലയപ്പെട്ടുകൊണ്ട് ഞങ്ങൾ കണ്ടിട്ടുണ്ട്. അവരാരും അദ്ദേഹത്തെ ശല്യപ്പെടുത്തിയിരുന്നില്ല. കാരണം, മനുഷ്യർ അദ്ദേഹത്തെ ശല്യപ്പെടുത്തിയിരുന്നില്ല. മനുഷ്യനിലേക്ക് കടക്കുമ്പോൾ, സംഭവങ്ങളിലേക്ക് കടക്കുമ്പോൾ, ശബ്ദത്തിലേക്കോ, വേദനയിലേക്കോ കടക്കുമ്പോൾ, അതൊന്നും ശല്യമല്ലാതായിത്തീരും എന്ന് നാം മനസ്സിലാക്കും.എന്ത് കൊണ്ട് തന്റെകാലയളവിൽ പൂർണ്ണമായി ജീവിക്കുകയും എല്ലാ വിഷയങ്ങളിലും എല്ലാ വസ്തുക്കളിലും എല്ലാ സംഭവങ്ങളിലും ജീവിക്കുകയും ചെയ്തു ഒരു വ്യക്തി എന്ന നിലയിൽ,ഒരു മനുഷ്യന് ഉണർന്നിരിക്കാവുന്നത്ര ഇ എം എസ് ഉണർന്നിരുന്നു. എല്ലാ വിഷയങ്ങളെക്കുറിച്ചും എഴുതിയത്, മനുഷ്യനുമായി ബന്ധപ്പെട്ടതൊന്നും തനിക്ക് അന്യമല്ല എന്ന ബോധം ഉണ്ടായിരുന്നതുകൊണ്ടാണ്. നാം ഇക്കാര്യം പറയുമെങ്കിലും അങ്ങനെ പ്രവർത്തിക്കാറില്ല. ഇതേ വ്യത്യാസമുള്ളൂ.

അങ്ങനെ എല്ലാ വിഷയങ്ങളും ഇ എം എസ്-ന്റെ വിഷയമായിത്തീരുകയും ഈ നിതാന്ത സാനിധ്യത്തിൽ അദ്ദേഹം ഒരു നിമിഷവും ഇടതടവില്ലാതെ ജീവിക്കുകയും ചെയ്തു പോന്നു.

ഒരു പക്ഷേ, ഒരിക്കൽ മാത്രമേ - എന്റെ ഓർമ്മയിൽ- തനിക്ക് ഒരു കാര്യത്തെക്കുറിച്ച് അറിയില്ല. ഒട്ടും അറിയില്ല എന്ന് ഇ എം എസ് പറഞ്ഞിട്ടുള്ളൂ. ഒരു പുസ്തകം നിരൂപണം ചെയ്യുന്നതിനിടയിൽ ഇതിലുള്ള സ്ത്രീ-പുരഷൻമാരുടെ രഹസ്യരതി ജീവിതത്തെക്കുറിച്ച് ഒരുപാട് പറയുന്നുണ്ടെന്നും ഞാനൊരു ലൈംഗീകശാസ്ത്ര വിദഗ്ധനല്ലാത്തതുകൊണ്ട് അതിനെക്കുറിച്ച് എനിക്കൊന്നും പറയുവാൻ കഴിയുകയില്ല എന്നും ഇ എം എസ് പറയുകയുണ്ടായി. പഴയൊരു ശങ്കരനും ഈ ഒരു അജ്ഞതയുണ്ടായിരുന്നു എന്ന് നമുക്കറിയാം. പരകായ പ്രവേശം നടത്തിയ പഴയശങ്കരനും ഇതേ സംശയം ഉണ്ടായിരുന്നു.

ഇത് വിട്ട് മറ്റെല്ലാക്കാര്യങ്ങളിലും ഇ എം എസ് അഭിപ്രായപ്പെട്ടുകയുണ്ടായി. ഭക്ഷണത്തിനുള്ള സാധനങ്ങൾ തന്റെ മുൻപിൽ നിരന്നിരിക്കുകയും സംഭവങ്ങൾ നിരന്നിരിക്കുകയും മനുഷ്യർ നിരന്നിരിക്കുകയും മനുഷ്യപ്രവർത്തനങ്ങൾ മുഴുവൻ തന്റെ സന്നിധാനത്തിൽ നിരന്നിരിക്കുകയും ചെയ്യുന്ന ഒരവസ്ഥ ഇ എം എസ് - ന് ഉണ്ടായിരുന്നു. He was contemporary with everything . അതുകൊണ്ട് രാഷ്ട്രീയത്തിലേക്ക് കടക്കുമ്പോഴും സാഹിത്യത്തിലേക്ക് കടക്കുമ്പോഴും വസ്ത്രധാരണത്തിലേക്ക് കടക്കുമ്പോഴും തീർച്ചയായും അത് വ്യത്യസ്ത ലോകമായിരുന്നു എന്ന് ഇ എം എസ് കരുതിയിരുന്നില്ല. വളരെ സാധാരണമായ ഈ സത്യസന്ധതയാണ് അദ്ദേഹത്തിന്റെ എഴുത്തിനെ സംഭാഷണമാക്കിത്തീർക്കുന്നതും സംഭാഷണത്തെ എഴുത്താക്കിത്തീർക്കുന്നതും. അതൊരു ചെറിയ കാര്യമാകാം. നാം സംഭാഷണം ചെയ്യുമ്പോൾ ഒരു പ്രത്യേക കുപ്പായം എടുത്തിടുകയും എഴുതുമ്പോൾ നാം വലിയ ചട്ടകൾ ധരിക്കുകയും വലിയ ചട്ടങ്ങൾ പാലിക്കുകയും ചെയ്യുന്നുവെങ്കിലും ഇ എം എസ് അത്തരം ചട്ടകളോ ചട്ടങ്ങളോ സ്വീകരിക്കാറുണ്ടായിരുന്നില്ല. അദ്ദേഹം നേരിട്ട് സംസാരിക്കുകയും നേരിട്ട് ചിന്തിക്കുകയും ചെയ്യുന്ന സാധാരണ മനുഷ്യനായിരുന്നു. ഇത്തരത്തിൽ ഒരു ആർജ്ജവം എന്നുവിഷമിച്ച് പറയാൻ കഴിയുന്ന ഒന്ന് ഇ എം എസ് -ന്റെ ജീവിതത്തെ എല്ലാ മണ്ഡലങ്ങളിലും വ്യാപിച്ചുകിടക്കുന്ന ഒരു നിരന്തരജീവിതമാക്കി തീർത്തിരുന്നു. അതുകൊണ്ടാണ് 1937- ൽ എഴുതിയ ഒരു പ്രബന്ധത്തോടുകൂടി സാഹിത്യത്തിന്റെ ഉടമാവകാശം ആർക്കാണ് എന്ന ചോദ്യംഉന്നയിക്കപ്പെട്ടത്. 1937 മാതൃഭൂമി ആഴ്ചപ്പതിപ്പിൽ എഴുതിയ ഒരു ലേഖനത്തോടുകൂടിയാണ് പുരോഗമനസാഹിത്യപ്രസ്ഥാനത്തെക്കുറിച്ചുള്ള ആശയങ്ങൾ കേരളത്തിൽ വ്യാപിക്കാൻ തുടങ്ങിയത്. വളരെ ചെറിയ ഒരു കാര്യമാണ്, വളരെ സാധാരണമായ ഒരു കാര്യമാണ് അദ്ദേഹം ചോദിച്ചിരുന്നത്. എങ്കിലും ഈ സാധാരണകാര്യം ചോദിക്കാൻ സാധാരണമായ നേർമ

വേണം എന്ന് നാം പിന്നീട് മനസ്സിലാക്കുന്നുണ്ട്. 37ലെ ഈ ലേഖനത്തിനു ശേഷം രണ്ട് മൂന്ന് ലക്കങ്ങളിലായി കേസരി ബാലകൃഷ്ണപ്പിള്ള ഈ വിഷയത്തെക്കുറിച്ച് തുടർ ലേഖനങ്ങൾ എഴുതുകയും പിന്നീടുള്ള കാൽനൂറ്റാണ്ട് കാലത്തേക്ക് സാഹിത്യം മാറിപ്പോവുകയും ചെയ്തു. വളരെ പ്രസക്തമായ, കാലം തന്നെ മാറിപ്പോകുന്നു- എന്നതാണ് 37 ലെ ആ ലേഖനത്തിന്റെ സാമാന്യമായ അർത്ഥം.

മഴപ്പാറ്റകളും പകൽ വെളിച്ചവും

'പകൽ വെളിച്ചം കെട്ടടങ്ങുമ്പോൾ മഴപ്പാറ്റകൾ സ്വകാര്യവിളക്കുകൾ തേടിപ്പറക്കുന്നു. ഒരു ലോകം നിർമ്മിക്കാൻ കഴിയാതെ വരുമ്പോൾ മനുഷ്യൻ ഒരു കുടുംബം സൃഷ്ടിക്കുകയോ സ്വന്തം ചർമ്മത്തിനുള്ളിൽ കറങ്ങിത്തിരിക്കുകയോ ചെയ്യുന്നു.'

"നാലഞ്ചുതാരങ്ങൾക്ക് പുഞ്ചിരികൊള്ളാൻ നിന്ന
കാലമാക്കരയിലത്തുമ്പിന്മേൽ വിറക്കുന്നു"

നാലഞ്ചുജ്ഞാനികൾ ആസൂത്രണം ചെയ്യുന്ന ഭാവിക്കുപകരം നാനാജനങ്ങളും ചേർന്നു സംവിധാനം ചെയ്യുന്ന ആകാശവും ഭൂമിയുമാണ് നമുക്കുവേണ്ടത് എന്ന് ആരോ ഓർമ്മപ്പെടുത്തുന്നതുവരെ കേരളീയരും അറിഞ്ഞിരുന്നില്ല. ഒരു ജനതയുടെ ഇച്ഛയും ഒരു കാലത്തിന്റെ കഴിവും തമ്മിൽ തൊടുന്ന, നീങ്ങിക്കൊണ്ടിരിക്കുന്ന ബിന്ദുവാണ് ആസൂത്രണം എന്നും ഇന്നു നാം മനസ്സിലാക്കുന്നു. മലയാളികൾക്ക് ഒരു മാതൃഭൂമിയുണ്ട് എന്നും അതു കേരളമാണ് എന്നും അമ്പതുകളിൽ മനസ്സിലാക്കിയതു പോലെ.

ഇങ്ങനെ നമ്മോടു വിളിച്ചുപറഞ്ഞുകൊണ്ടേയിരുന്ന ഒരാൾ ഇപ്പോൾ നമ്മുടെ കൂടെയില്ല. ആ ചെറിയ ജീവിതം എത്ര വലിയതായിരുന്നു എന്ന് ഇന്നു തിരിച്ചറിയാൻ കഴിയുന്നുണ്ട്. സിദ്ധാന്തവും പ്രയോഗവും ലക്ഷ്യവും മാർഗ്ഗവും വേർപിരിഞ്ഞ് രക്ഷപ്പെടുന്ന ഈ നല്ലകാലത്ത് സോഷ്യലിസ്റ്റു മാനവികതയുടെ സജീവ മാതൃകയായിത്തീർന്നു എന്നതാണ് കേരളത്തിലെ ജനങ്ങൾ അവരുടെ നേതാവിൽ കണ്ട അപൂർവ്വത. തനിക്കെന്തെല്ലാമുണ്ടോ അതെല്ലാം കൊടുത്തും എത്ര കുറച്ചുവേണമോ അതുമാത്രം എടുത്തും ചെയ്തുതീർന്ന ഒരു ജീവിതം. ശരാശരി

ഭാരതീയന്റെ വരുമാനം മാത്രം ചെലവുചെയ്ത ജീവിച്ച ഗാന്ധി ഇ എമ്മിന് മാതൃകയായിട്ടുണ്ടാകാം. പക്ഷേ ഗാന്ധിജിയുടെ ശാഠ്യങ്ങളോ പാപബോധങ്ങളോ പശ്ചാത്താപങ്ങളോ അദ്ദേഹത്തിനില്ലായിരുന്നു. പ്രത്യയത്തിന്റെ കൃത്യമായ കണക്കുകളാണ് ആകസ്മികങ്ങളായ ഉൾവിളികളല്ല ഇ എമ്മിനെ നയിച്ചിരുന്നത്. ഉപ്പ്, ഖാദി, ഉപവാസം തുടങ്ങിയ ഗംഭീരങ്ങളായ ചരിത്രോത്തേജകങ്ങൾകൊണ്ട് ഇ.എം ന്റെ സമരങ്ങൾ അടയാളപ്പെടുത്താനാവില്ല. പാവങ്ങൾക്ക് അവരുടെ മണ്ണും വിണ്ണും അഥവാ ഭാവിയും തിരിച്ചുകിട്ടണമെന്ന് അദ്ദേഹത്തിന് നിർബ ന്ധമുണ്ടായിരുന്നു. താനവരുടെ ദത്തുപുത്രനാണെന്ന ഐക്യബോധം അദ്ദേഹം എന്നും എടുത്തുപറഞ്ഞിരുന്നു. തന്റെ ഉടുതുണിയും ഷർട്ടും പോലെ സാധാരണമായ ഒരു വസ്തം അവരുടെ ഇടയിലാണ്, ഈ സമുദായത്തിലാണ് താൻ അവരേയും തന്നെയും തിരിച്ചറിയുന്നത് എന്ന ബോധം ഇ എമ്മിനുണ്ടായിരുന്നു. ഇതും ഒരു തുവലായി അണിയുവാൻ അദ്ദേഹം കൂട്ടാക്കിയിരുന്നില്ല. ഇ എമ്മിനു തുവലുകൾ ഇല്ലായിരുന്നു. തനിച്ചിരിക്കുമ്പോഴും വായനയിൽക്കൂടി പുസ്തകങ്ങളിൽക്കൂടി അദ്ദേഹം മറ്റുള്ളവരിലേക്ക് പ്രവേശിച്ചുകൊണ്ടിരുന്നു. ആത്മാവിൽ അലിയുക എന്നതിനർത്ഥം ജനങ്ങളിൽ അലയുക എന്നുതന്നെയാണ്. അതുകൊണ്ട് ഒരു കമ്മ്യൂണിസ്റ്റിന് ആത്മസാക്ഷാത്ക്കാരം സമുദായ ത്തിൽ ഇല്ലാതായിത്തീർന്ന് വീണ്ടും ഉയിർത്തെഴുന്നേൽക്കലാകുന്നു. അതാണ് അയാളുടെ അഹങ്കാരനാശം-വിമോചനം-മോക്ഷം.

കണ്ടുപഴകുന്ന ആളുകളോടും വായിച്ചുതീരുന്ന പുസ്തകങ്ങളോടും താൻ എവിടെ വിയോജിക്കുന്നു എന്നു പറയാതെ ഇ.എം പിരായിറില്ല. എവിടെ പിണങ്ങുന്നു എന്നറിയുകയാണ് എവിടെ ഇണങ്ങുന്നു എന്ന റിയുവാനുള്ള ഉറപ്പായ വഴി. നിങ്ങൾ ഒരു ബന്ധം സ്ഥാപിച്ചിരിക്കുന്നു എന്നതിന്റെ ദൃഢമായ പ്രഖ്യാപനം.

സമയത്തിലും ഭക്ഷണത്തിലും എന്നപോലെ ഭാഷയിലും ഇ.എമ്മി നുള്ള 'നിഷ്ഠ' പലരും എടുത്തുപറഞ്ഞിട്ടുണ്ട്. ശാസ്ത്രീയവും ജനകീയവും ആയ ഭാഷക്ക് മാത്രമേ അത്തരം ഒരു സമുദായത്തെയും നിർമ്മിക്കാ നാകൂ എന്ന അറിവിന്റെ ഫലമാകുന്നു ഇത്. ഇക്കാര്യത്തിൽ ഇത്രയും ആഴത്തിൽ അന്വേഷിച്ച മറ്റൊരു രാഷ്ട്രീയ പ്രവർത്തകൻ മാത്രമേ ഇവിടെ ഉണ്ടായിട്ടുള്ളൂ. വാക്കുകൊണ്ട് വഞ്ചിക്കപ്പെടുന്ന ഒരു സമുദായം ഇന്നും ഇവിടെ നിലനിൽക്കുന്നത്, വാക്കും ചൂഷണസമർത്ഥവുമായ ഒരു മൂലധനമായതുകൊണ്ടാണ്. വർഗപരമായ പ്രത്യയശാസ്ത്ര സമരത്തി ന്റെ മൂർച്ചയേറിയ ആയുധമായി മലയാളഭാഷയെ മാറ്റിത്തീർക്കുന്നതിൽ ഇ.എം.എസ് ചെയ്തുതീർത്ത കാര്യങ്ങൾ മറ്റു രാഷ്ട്രീയ പ്രവർത്തനങ്ങളുടെ

ചർച്ചയിൽ മങ്ങിപ്പോകുകയാണ് ചെയ്തത്. ദാർശനികനും ചരിത്രകാരനും ഗണിതശാസ്ത്രജ്ഞനും ആയ റസ്സലിനെ നൊബേൽ കമ്മിറ്റി ആദരിച്ചത് തെളിഞ്ഞ ഭാഷാശൈലിയുടെ പേരിൽ ആയിരുന്നു.

കഴിഞ്ഞ അറുപതുവർഷത്തിനിടയിൽ മലയാള സാഹിത്യത്തിന് സംഭവിച്ച ജനകീയവും വിപ്ലവാത്മകവുമായ മാറ്റങ്ങൾക്ക് തുടക്കമായത് '37-ൽ ഇ.എം.എസ്സെഴുതിയ ലേഖനമായിരുന്നു എന്ന് ഇപ്പോൾ പലരും മറന്നുകാണും. തുടർന്നുവന്ന കേസരിയുടെ മൂന്നു പുരോഗമനസാഹിത്യ പഠനങ്ങളും ചേർന്നാണ് ജീവൽസാഹിത്യത്തിന്റെ രൂപവും അർത്ഥവും നിർവചിക്കപ്പെട്ടത്. ഭാവനയുടെയും ഭാഷയുടെയും അനുഭവങ്ങളുടെയും ഭൂമിയുടെയും അവകാശികൾ ആരെന്ന ഇന്നത്തെ ബോധം അന്നാരംഭിക്കുന്നു. ഇത്രയും ഗംഭീരമായ മാറ്റം നമ്മുടെ സാഹിത്യചരിത്രത്തിൽ മുമ്പൊരിക്കലും ഉണ്ടായിട്ടില്ല.

ഏതാനും മിന്നാമിനുങ്ങുകളുടെ പിന്നാംപുറങ്ങളിൽ നിന്ന് മോചിപ്പിക്കപ്പെട്ട മനുഷ്യകഥ അന്നുമുതൽ പതുക്കെയെങ്കിലും യഥാർത്ഥമായ മാനവികതയുടെ സൂര്യപ്രകാശമായി മാറുകയാണുണ്ടായത്.

ആരോടാണ് നന്ദി പറയേണ്ടത് എന്ന ചോദ്യം ഇവിടെ പ്രസക്തമേ അല്ല.

ക്രിയ തന്നെ ഉത്തരം

തൊണ്ണൂറ്റിരണ്ടാം വയസ്സിൽ എം ആർ ബി മരിച്ചു. ഇരമ്പുന്ന ഒരു നൂറ്റാണ്ടിനെ മുഴുവനായി ഉൾക്കൊണ്ട ഒരു മനുഷ്യൻ. എങ്കിലും ആ ജീവിതം സംഭവബഹുലമായിരുന്നില്ല. മൂന്ന് ലോകങ്ങളിലും സഞ്ചരിച്ചുകൊണ്ട് അദ്ദേഹം കാലത്തിന്റെ സൂക്ഷ്മസാക്ഷിയായിനിന്നു. വളരെ പഴയതെന്ന് തോന്നിക്കുന്ന ആ ശരീരത്തിൽ നിരന്തരം പരിഷ്കരിച്ചുകൊണ്ടേയിരുന്ന ഒരു മനസ്സുണ്ടായിരുന്നു. തനിക്ക് ചുറ്റും വളർന്നുവരുന്ന യൗവനങ്ങളെക്കണ്ട് എം ആർ ബി ഒരിക്കലെങ്കിലും പരിഭ്രമിക്കുന്നതായി ഞങ്ങൾ കണ്ടിട്ടില്ല. അവസാനം വരെ അദ്ദേഹം ചെറുപ്പത്തിന്റെ കൂട്ടുകാരനായിരുന്നു.

എം ആർ ബി ഇല്ലാത്ത മലയാളസാഹിത്യം, മലയാളനാടകം എന്നിവയെല്ലാം ഇന്നത്തേതിൽ നിന്ന് വ്യത്യസ്തമാവും എന്ന് പറയാൻ വയ്യ. നാടകത്തെ നിസ്സാരമാക്കുന്ന ഒരു ജീവിതം, വാക്കിനെ പുച്ഛിച്ചുതള്ളുന്ന ഒരു പ്രവൃത്തി എം ആർ ബിയിൽ എപ്പോഴും നിലനിന്നിരുന്നു. സമുദായത്തിന്റെ കിണ്ണത്തിൽകിടന്ന് പുളിച്ചുപോകുമായിരുന്ന നൈർമല്യത്തെ ഒരു തുള്ളി ഉറ വീഴ്ത്തിയാണ് നുരയുന്ന ജീവിതത്തിലേക്ക് അദ്ദേഹം തിരിച്ചുവിട്ടത്. പുളിച്ചുനാറുന്ന അന്തപ്പുരങ്ങളിലേക്ക് മടങ്ങിപ്പോകാൻ ആകാത്തവിധം.

ഇതല്ലാതെ എന്താണ് എം ആർ ബി ചെയ്തത്? ഇതിൽ കുറഞ്ഞ എന്താണ് സാധിച്ചെടുത്തത്?

കാലം നോക്കി, സ്ഥലം നോക്കി പറയുന്ന ഒരു വാക്ക്, തോരാതെ പാൽ കറക്കുന്ന പശുവിനെപ്പോലെയാണ് എന്ന് കവികൾ അഹങ്കരിക്കാറുണ്ട്. എം ആർ ബിയുടെ വിവാഹം ചരിത്രത്തിലേക്ക് ഉച്ചരിച്ച ഒരു ക്രിയയായിരുന്നു. വരാനിരിക്കുന്ന സമുദായത്തിന്റെ,സ്ത്രീ ജീവിതത്തിന്റെ സ്വരൂപമാകെ അത് മാറ്റിത്തീർത്തു. തൊടുത്തുവിട്ട ഈ

മാറ്റത്തിനുശേഷം തന്റെ പ്രജ്ഞയുടെ സ്ഥിരതകാത്തുപോരുകയല്ലാതെ എം ആർ ബിയ്ക്ക് മറ്റൊന്നും ചെയ്യേണ്ടിയിരുന്നില്ല. സംഭവങ്ങൾ നിറഞ്ഞ ഒരു നൂറ്റാണ്ടിൽക്കൂടി കടുത്തദാരിദ്ര്യത്തിനിടയിലും എത്ര നിർലേപനായാണ് അദ്ദേഹം നടന്നുപോയ്ക്കൊണ്ടിരുന്നത്. നാം ഇപ്പോഴും നടക്കുന്നത് പിന്നോട്ടാണോ എന്ന് സംശയിച്ചുകൊണ്ട് അദ്ദേഹം വിടപറയുകയും ചെയ്തു.

ചെയ്യുന്നതെല്ലാം സമുദായത്തിന്റെ വിമോചനത്തിനുവേണ്ടിയായിരുന്ന ഒരു കാലം. അന്ന് വിവാഹവും ഒരു വിമോചനമായിത്തീർന്നു.

കേശവദേവ്
എതിർപ്പിന്റെ ശതാബ്ദി

ആവുന്നത്ര ഉറക്കെ എല്ലാറ്റിനെയും എതിർത്തുകൊണ്ട് കേശവൻ പിറന്നുവീണിട്ട് ഒരു നൂറ്റാണ്ടോളമായി. പ്രതിരോധം എന്ന വാക്ക് അന്ന് പ്രചാരത്തിൽ വന്നിട്ടില്ല. നിലനിൽക്കുന്നതിനെയല്ലാം ചോദ്യം ചെയ്തുപോന്ന ഒരു നൂറ്റാണ്ട്. മുതലാളിത്തത്തേയും ദൈവത്തേയും സാഹിത്യത്തേയും വിവാഹവ്യവസ്ഥയേയും ദേവ് ചോദ്യം ചെയ്തു. തലശ്ശേരിയിൽ രാമായണം കത്തിച്ചു.

ഓടയിൽ നിന്ന് എഴുതുന്നതിന് അഞ്ചാറുവർഷം മുമ്പുതന്നെ പുരോഗമനസാഹിത്യപ്രസ്ഥാനം ഔപചാരികമായി ആരംഭിച്ചുകഴിഞ്ഞിരുന്നു. ഇ. എം. എസ്സിന്റെ ആദ്യ പ്രബന്ധങ്ങൾ 37- ൽ ആണല്ലോ വരുന്നത്. തിരസ്കൃതരായ സാമാന്യമനുഷ്യർ പുതിയ ലോകത്തിന്റെ നിർമ്മാതാക്കളായി മാറും എന്ന ആശയം വിതച്ചുകൊണ്ടാണ് പുരോഗമനപ്രസ്ഥാനം എല്ലായിടവും അലഞ്ഞുനടന്നത്. മാന്യരുടെ ഭാരം വലിക്കുന്ന പാവങ്ങളുടേയും മാലിന്യം ചുമക്കുന്ന തോട്ടികളുടേയും കഥ ദേവും തകഴിയും കൂടി മുൻനിരയിൽ എത്തിച്ചു.

പാവങ്ങളുടെ ഈ മുന്നേറ്റം സാഹിത്യത്തിൽ ആരുടെ ജീവിതമാണ് വിലയുറ്റത് എന്ന ചോദ്യമായി രൂപാന്തരപ്പെട്ടു.റിക്ഷക്കാരൻ നായകനായി എന്നു മാത്രമല്ല, കഥ കവിതയേയും ഗദ്യം പദ്യത്തേയും പിന്നാമ്പുറങ്ങളിലേക്ക് ആട്ടിയോടിച്ചു. ഞാനും ദേവും കൂട്ടരും കൂടിയാണ് കേരളം മാറ്റി തീർത്തത് എന്ന് പിന്നീട് തകഴി പ്രസംഗിച്ചു നടക്കുകയും ചെയ്തു.

ഉടുപ്പിലും നടപ്പിലും വ്യത്യസ്തര#ായ ഈ ചട്ടമ്പികളെ നാൽപതുകളിൽ ഒറ്റനോട്ടത്തിൽ തിരിച്ചറിയാമായിരുന്നു. തിരുമ്പിവെളുപ്പിച്ച

കുപ്പായവും മുണ്ടുമായി ആനക്കണ്ണുകളോടെ തകഴി, തലയിൽ പൊളിഞ്ഞ തകരപ്പെട്ടിയും ചുമന്ന് എല്ലുമ്പനായ ദേവ്. ആനകൾ നിരക്കുന്ന സാഹിത്യപരിഷത്തിന്റെ വേദിയിലേക്ക് മഹാനഗരത്തെരുവിൽക്കൂടി നടന്നുവരുന്ന കഥയെഴുത്തുകാർ. പുസ്തകങ്ങളുടെ പെട്ടിക്കടനടത്തുന്ന വൈക്കം മുഹമ്മദ് ബഷീർ. നാൽപതുകൾ അവസാനിക്കുമ്പോഴത്തെ കാഴ്ചകളാണിത്. സിനിമയിലെ ലൈറ്റ് ബോയിസിനെപോലെ അന്ന് സാഹിത്യത്തിലെ ടീ ബോയിസ് ആയിരുന്ന ഞങ്ങൾ ഈ കൗതുകകാഴ്ചകൾ കണ്ടുകൊണ്ടേയിരുന്നു.

പിന്നീട് അവർ തന്നെ കുലപതികളായി തീർന്നു. ദേവാകട്ടെ വളരെ മാറിപ്പോയി. തൊഴിലിലും രാഷ്ട്രീയത്തിലും വ്യത്യസ്തനായി. രാമായണത്തിന്റെ ഒരു പതിപ്പ് ദേവ്തന്നെ പ്രകാശനം ചെയ്തു. ഈ മാറ്റം തികച്ചും മനുഷ്യസാധാരണമാണ്. പക്ഷേ ദേവും കൂട്ടരും ജീവിതരംഗങ്ങളിൽ വരുത്തി തീർത്തമാറ്റം അസാമാന്യമായിരുന്നു എന്ന് ഇന്ന് നമുക്കറിയാം. ഒരാൾ എന്തായിത്തീരുന്നു എന്നതല്ല അയാൾ തന്റെ വംശത്തേയും ചരിത്രത്തേയും എന്താക്കിത്തീർക്കുന്നു എന്നതാണ് യഥാർത്ഥത്തിൽ പ്രസക്തമായിട്ടുള്ളത്.

നക്ഷത്രങ്ങളിൽ തെളിയുന്ന ഭൂമി

"പച്ചക്കുന്നുകൾ, പാടങ്ങൾ
പതഞ്ഞൊഴുകുമാറുകൾ,
വെളിച്ചം, കുളിർകാറ്റെന്തു
വേറെവേണമെനിക്കിനി?"

ജി.ശങ്കരക്കുറുപ്പിന്റെ ഈ ബാലകവിതയിൽ, പ്രകൃതി ഗായകനായ കവിക്ക് വേറെ വേണമെന്ന് തോന്നുന്നതും വേണ്ട എന്ന് പറയുന്നതുമായ ആറാമത്തെ ഇനം ഏതാണ്? താൻ തേടുന്നത് മനുഷ്യനെയാണെന്നും മറ്റുള്ളവരിൽക്കൂടിയാണ് താൻ സ്വയം ആവിഷ്ക്കരിക്കുന്നത് എന്നും കണ്ടെത്തുമ്പോൾ കവി തന്റെ അന്വേഷണവൃത്തം പൂർത്തിയാക്കുന്നു. വ്യക്തിയുടെ വേദനയാണ് കവിത എന്ന മുത്തുകളിലെ ദർശനവും സമുദായത്തിന്റെ സ്വപ്നമാണ് കവിത എന്ന കോഡ്‌വെല്ലിന്റെ ആശയവും ഒന്നാണെന്ന് 'ജി.'ക്ക് പിന്നീട് മനസ്സിലാകുകയുണ്ടായി. ഒരുപക്ഷേ അദ്ദേഹത്തിന്റെ കവിതയ്ക്ക് ഇത് മുമ്പേതന്നെ അറിയാമായിരുന്നു. മലയാളത്തിലെ ആദ്യത്തെ വിപ്ലവകവിതയെന്ന് വിളിക്കാവുന്ന നാളെയിൽ കാറ്റിന്റെയും വെളിച്ചത്തിന്റെയും താൽപര്യങ്ങൾ മാറിത്തീരുന്നുണ്ട്.

"ശുദ്ധമാം കുളിർകാറ്റും
സ്വച്ഛമാം വെളിച്ചവും
സിദ്ധമിച്ഛപോലാർക്കും
ആർക്കുവിനാഹ്ലാദിപ്പിൻ"

അവയിൽ വ്യാപിച്ചുനിൽക്കുന്നത് പ്രകൃതിയുടെ അവകാശിയാരെന്ന ചോദ്യത്തിന്റെ ഉത്തരമാണ്. അതോടുകൂടി പ്രകൃതി കവിതയിൽ

അന്യമായി, വിദൂരമായിക്കണ്ട അത്ഭുതങ്ങൾ, ജീവിതത്തിന്റെ ഉപകരണ ങ്ങളായിത്തീരുന്നു. ഭാവനയിൽ കൊമ്പുകുത്തിക്കളിക്കുന്ന മേഘങ്ങൾ കുളിർത്തുപെയ്ത് ഭൂമിയെ വസുന്ധരയാക്കുന്നു. സ്വർഗത്തിന്റെ ഒരു ഖണ്ഡം ഇറങ്ങിവന്ന് നമ്മുടെ ഒരു നഗരമായിത്തീരുന്നു. ആകാശം ഭൂമിക്ക് അനന്യമായിത്തീരുന്നു. ജീവിതംകൊണ്ടും ചിലപ്പോൾ മരണം കൊണ്ടും കവികൾ ആകാശത്തെയും ഭൂമിയെയും ബന്ധിക്കുന്നു.

അതുകൊണ്ട് ശങ്കരക്കുറുപ്പിന്റെ കവിതകളിൽ നക്ഷത്രത്തിനും നിലാവിനും ദ്യാവാപൃഥിവികൾക്കും വരുന്ന പരിണാമം ജീവിതദർശ നത്തിന് വന്നുചേരുന്ന പരിണാമം തന്നെയാണ്. ഒരു സിംബലിന്റെ മാറ്റത്തിന് നമുക്ക് ജീവിതത്തിന്റെ മാറ്റം വായിക്കാം.

ബാലകവിതയിൽ വെറുതെ പതഞ്ഞൊഴുകിയ ആറിനെ മുന്നരുവി യിൽ മനുഷ്യജീവിതത്തിന്റെ നിർണായക പ്രവാഹമായി 'ജി.' തിരിച്ചറി യുന്നു; പുഴക്കരയിൽ പാർക്കുന്നവർ പുഴകൊണ്ട് അവരുടെ ജീവിതത്തെ തിരുത്തുന്നു എന്ന ദ്വന്ദ്വാത്മകസത്യം.

ലോകസാഹിത്യം ചുകന്ന മുപ്പതുകളിലാണ് ജി.ശങ്കരക്കുറുപ്പിന്റെ യും കവിത ചുകന്നത്. ഈ മാറ്റം അദ്ദേഹത്തെ ത്രൈവർണ്ണികരുടെ ശത്രുവാക്കിത്തീർത്തു. ഈ മറവിലാണ്, തണലിലാണ്, പിന്നീടദ്ദേഹ ത്തിനെതിരായ ആക്രമണങ്ങളധികവും രൂപപ്പെട്ടുത്തിയത്. നാഗരിക യൗവനങ്ങളുടെ രതിപരിമളങ്ങൾ വ്യാഖ്യാനിച്ച് രസിപ്പിച്ചിരുന്നവർക്ക് അലക്കുകാരിയിലെ ചാരിത്രക്കണ്ണീരും ഭോഗത്തിൻ ചിത്രവും അശ്ലീമാ യിത്തീർന്നു. ഒരേതീയിലെ ജ്വലിക്കുന്ന മാനവൈക്യപ്രതീകം ക്ഷുദ്രമായി ത്തോന്നി. ഇതൊരു നിരൂപണവൈകൃതമാണെന്ന് മനസിലാക്കുവാൻ നാം കൂടുതൽ സമയമെടുക്കുന്നു.

ഇന്ന് റഷ്യക്ക് ജൈത്രപടഹമടിക്കുന്നവർ, ശങ്കരക്കുറുപ്പ് പണ്ട് റഷ്യൻ സൈനികന് ജൈത്രപടഹമടിച്ച കാലത്ത് എന്ത് ചെയ്യുകയാ യിരുന്നു എന്ന് ഞായറാഴ്ചകളിൽ ഓർത്തുനോക്കാവുന്നതാണ്. ചീനക്ക് ഇന്ത്യയെ ആക്രമിക്കാം എന്ന ക്രാന്തദർശിത്വമാണ് ഭാരതസന്ദേശം എന്ന കവിതയിലുള്ളതെന്ന് പ്രസംഗിച്ച നിരൂപകന്റെ ചരിത്രബോധവും മറക്കാറായിട്ടില്ല. കോഴിക്കോട് നഗരമെങ്കിലും അതോർക്കുന്നു.

അന്ന് തീരെ സ്വതന്ത്രരും ഏകാകികളുമായ നിരൂപകന്മാരും കവികളും സംഘടിപ്പിക്കുകയും ശങ്കരക്കുറുപ്പിനെ തമസ്കരിക്കുകയും ചെയ്തു. കവികളെ തേജോവധം ചെയ്യുന്ന സാങ്കേതികവിദ്യ അതിനു മുമ്പും പിമ്പും ഇത്രയും കൂട്ടായ്മയോടെ പ്രയോഗിച്ചുകണ്ടിട്ടില്ല. താൻ ജീവിച്ചിരുന്ന കാലത്തെ ഏറ്റവും വലിയ സാംസ്കാരികവ്യക്തിത്വം ശങ്കരക്കുറുപ്പിന്റേതായിരുന്നു എന്നതാണ് ഇതിനൊരുകാരണം.

പിക്കാസോവിനെപ്പോലെ ശങ്കരക്കുറുപ്പിനും ഒരു 'പിങ്ക്' കാലഘട്ടം ഉണ്ടായിരുന്നു എന്നതാണ് മറ്റൊരു മുഖ്യകാരണം.

ഈ കാരണങ്ങൾ തിരിച്ചറിയേണ്ടതുണ്ട്. അരാഷ്ട്രീയ വാദം എങ്ങനെ ശുദ്ധരാഷ്ട്രീയവാദമായിത്തീരുന്നു എന്നതിന് ഇതിലും മികച്ച തെളിവുകളില്ല. വൈരാഗികൾ എപ്പോഴും ഭോഗസുഖത്തെക്കുറിച്ചുമാത്രം ചിന്തിക്കുന്നു. ശുദ്ധകവിതയാണ് ഏറ്റവും അശുദ്ധമായ കവിത. മന്ത്രമാണ് ഏറ്റവും ദയനീയമായ യാചന.

എങ്കിലും അറുപതുകളിൽ ജി.ശങ്കരക്കുറുപ്പിനെക്കുറിച്ചുണ്ടായ നിരൂപണങ്ങൾ കുറ്റാന്വേഷണങ്ങളായെങ്കിലും ഇവിടെ അംഗീകരിക്കുന്നുണ്ട്. കള്ളനും പോലീസും കളിക്കലാണ് നിരൂപണം എന്ന തെറ്റിദ്ധരിപ്പിക്കുന്ന വിനോദ പ്രസ്ഥാനങ്ങൾക്ക് താൽക്കാലികമായെങ്കിലും ധാരാളം ആവശ്യക്കാരുമുണ്ട്. ഇവ സമുദായത്തിന് ഒരു ഗുണവും ചെയ്യുന്നില്ലെന്ന് മാത്രമല്ല നമ്മുടെ ഭാവിയെ ഉദരത്തിൽവെച്ച്തന്നെ നുള്ളിപ്പറിക്കുകയും ചെയ്യുന്നു.

കവലകൾതോറും കാവൽനിന്ന് ആടിനെ നായയാക്കുന്ന ഈ തന്ത്രം കുറ്റാന്വേഷണം പോലുമല്ല. അതിന്റെ പേര് മറ്റൊന്നാണ്. സാഹിത്യത്തിന്റെയും സാഹിത്യത്തനിമയുടെയും സ്വഭാവത്തെക്കുറിച്ച് ഉള്ളുറപ്പില്ലാത്ത ഒരു സമൂഹത്തിൽനിന്ന് ആട്ടിൻകുട്ടികളെ മോഷ്ടിക്കുവാനും കൊന്നുതിന്നുവാനും ഈ നിരൂപണത്തിന് കഴിയും. ആടുകൾ കൊന്നു തിന്നാറില്ല എന്നുതന്നെ ഇതിന് കാരണം.

ജനുവരി 1989

ഉയർത്തിയ മുഷ്ടി

പള്ളിച്ചുമരോടു ചേർന്ന് മൂത്രം ഒഴിക്കാമോ? ഈ നൈതിക പ്രശ്നത്തിനുള്ള ഉത്തരം നമുക്കെല്ലാം സ്പഷ്ടമാകുന്നു. പൊൻകുന്നം വർക്കിക്കങ്ങനെ ആയിരുന്നില്ല. അതുകൊണ്ട് കപ്യാരോടദ്ദേഹം ചോദിച്ചത് എവിടെ മുള്ളിയാലും ദൈവത്തിന്റെ മുമ്പിലാവില്ലെ എന്ന ഈശാവാസ്യമായിരുന്നു. ദൈവം എങ്ങനെ പള്ളിയിൽ ബന്ധനസ്ഥനായി എന്ന ചോദ്യം വർക്കി ഗുരുത്വമില്ലാതെ ചോദിച്ചു എന്നേയുള്ളൂ. എന്താണ് വിശുദ്ധം ഏതാണശുദ്ധം എന്ന പുണ്യപാപങ്ങളുടെ ആദിമസംശയത്തെ വർക്കിയുടെ ക്രൂരമായ ആർജവം, മൗഢ്യം വീണ്ടും പുറത്തെടുക്കുന്നു. ഇപ്പോൾ അദ്ദേഹം അളക്കുന്നത് ക്രിസ്തുവിൽനിന്നു പള്ളിയിലേക്കുള്ള ദൂരത്തെയാണ്. പരിശുദ്ധമായി, സുരക്ഷിതമായി ചിലതും, അവിശുദ്ധമായി, അരക്ഷിതമായി പലതും ഉണ്ടാകാൻ ഇടവന്നതെങ്ങനെയാണ്? ഇതേ ചോദ്യം തന്നെ ചവിട്ടുകയും ഇടിക്കുകയും ചെയ്ത പോലീസുകാരുടെ മുമ്പിലും വർക്കി അവതരിപ്പിച്ചിട്ടുണ്ട്. 'ഞാനിപ്പോൾ - പോകുമേ' ഇത് ഒരു കുഞ്ഞിന്റെ താക്കീതാണ്. ആയുധവുമാണ്. അശ്ലീലമെന്നു പറയാം-ഭാഷയിലെയും ചരിത്രത്തിലെയും വിപ്ലവങ്ങൾ ശ്ലീലാശ്ലീലങ്ങളെ വീണ്ടും നിർവചിക്കുന്നു. മിനുങ്ങനായതുകൊണ്ടാണ് വർക്കി പരുക്കനാണെന്ന് നിങ്ങൾ പറയുന്നത്. ക്രിസ്തുവും പരുക്കനായിരുന്നു എന്നു നിങ്ങൾ മറന്നു പോയിരിക്കുന്നു.

നിങ്ങളുടെ സൗമ്യത ആരുടെയോ ഹിംസയാൽ കവചിതമാണെന്ന് വർക്കിക്കറിയാം. മുന്തിയ തോക്കിന്റെ കരുത്തിൽ നിങ്ങൾ സമാധാനവാദിയായ്ത്തീരുന്നു-അപ്പോൾ നിങ്ങളുടെ വാക്യങ്ങൾക്ക് വ്യാകരണശ്രീയുണ്ടാകും.

രണ്ടെണ്ണം (വർക്കിയുടെ) ആ കരണത്തു വച്ചു കൊടുത്തേക്കണം എന്നാണ് പുരോഹിതൻ നിർദേശിച്ചതെങ്കിലും ശിഷ്യൻ വർക്കിയോടു

ചോദിച്ചത് പോ... മോനേ നീ കഥയെഴുതും അല്ലെടാ എന്നായിരുന്നു. നമ്മുടെ സഭ്യതയെ നിലനിർത്തുന്നതു നാം വാടകക്കെടുക്കുന്ന അസഭ്യതയാണ്. ഒരു കരണത്തടിച്ചാൽ മറുകരണം കാണിച്ചുകൊടുക്കണം എന്ന തിരുവചനത്തിന്റെ വിപര്യയമാണ് വർക്കിയുടെ മൗലീകമായ പ്രമേയം.

പുൽത്തൊട്ടിയിൽ കിടത്തിയിരുന്ന ഉണ്ണിയുടെ വസ്ത്രം ഉണ്ണിവർക്കി ഉയർത്തി നോക്കി. ഉണ്ണി ആണോ പെണ്ണോ എന്നറിയാനാണെന്ന് വർക്കി പറയുന്നു. ഇതും തീർച്ചയായ അശ്ലീലം തന്നെ. നല്ലവനെ പീഡിപ്പിക്കുന്ന ദൈവനീതിയെക്കുറിച്ചുള്ള ഈ ദിവ്യസംശയം ഇയ്യോബിന്റെ സംശയം ധർമ്മസംഹിതയെ അട്ടിമറിക്കുന്നു. അതുകൊണ്ട് സംശയിക്കുന്നവർ നശിക്കുന്നു എന്നതായിത്തീർന്നു നമ്മുടെ വിശ്വാസപ്രമാണം. പണക്കാരുടെ നടുവിൽ നിസ്വനനായി ജനിച്ച തനിക്ക് സ്നേഹിക്കാനോ വിശ്വസിക്കാനോ ഒന്നും തന്നെ കിട്ടിയില്ല എന്നു വർക്കി എഴുതിയിരിക്കുന്നു: ഞാൻ കുടിച്ച കയ്പുനീരിന്റെ കഥകളാണ് എന്റെ കഥകൾ.

തന്റെ പൂജ എന്ന നാടകം വായിച്ചിട്ട് ക്രിസ്ത്യാനികൾ കലാനിർമ്മാണത്തിൽ അങ്ങു മികച്ചുപോയി എന്നു നമ്മുടെ മഹാകവി പറഞ്ഞതായി വർക്കി രേഖപ്പെടുത്തിയിട്ടുണ്ട്. അന്നതു വളരെ സ്വാഭാവികമായ ഒരു വാക്യമായിരുന്നു എന്നു വേണം കരുതാൻ. നമ്മുടെ സാഹിത്യത്തിന്റെ വർണ്ണ സംവിധാനത്തെ അടിയോടെ പൊളിച്ച ഒരാൾ ബഷീറാണ്. അനുഭവത്തിന്റെ ഒരു ഭൂഖണ്ഡത്തെ തന്നെ ബഷീർ സാഹിത്യത്തിന്റെ പരിധിയിലേക്ക് കൊണ്ടുവരികയും നമ്മുടെ ഭൂപടത്തെ തന്നെ മാറ്റി തീർക്കുകയും ചെയ്തു. വർണ്ണത്തിന്റെയും വർഗ്ഗത്തിന്റെയും പരിധികളെയാണ് വർക്കി തകർത്തത്. അപ്പോൾ തന്നെ വളഞ്ഞ് പിടിക്കുന്ന ഭാഷയുടെ, വിശ്വാസത്തിന്റെ, അധികാരത്തിന്റെ കുരുക്കുകളോടെല്ലാം വർക്കി ഏറ്റുമുട്ടുകയുണ്ടായി. സർക്കാർ പണിയിൽ നിന്ന് മാത്രമല്ല അദ്ദേഹം രാജിവെച്ചത്. പഴയഭാഷയിൽ നിന്നും വിശ്വാസത്തിൽ നിന്നും അദ്ദേഹം പിണങ്ങിപോകുന്നു. 'വികാരസദന'ത്തിൽ നിന്നും 'ഇടവണ്ടി'യിലേക്കുള്ള ദൂരം ചെറുതല്ല.

മർദിതരോടുള്ള സഹതാപമല്ല വർക്കിയെ എഴുത്തുകാരനാക്കിയത്. മർദ്ദനത്തോടുള്ള പ്രതിഷേധമാണ്. അതുകൊണ്ട് സാഹിത്യത്തെ അദ്ദേഹം തനിക്കേറ്റ അടിക്കുള്ള മറുപടിയാക്കി തീർത്തു. ജീവിതം തന്നെ വർക്കിയ്ക്ക് ഒരു ആഘാതം പോലെ, നെഞ്ചിലേറ്റ ഇടിപോലെ ഗാഢമായ സത്യമായിതീർന്നു. വർക്കിയ്ക്ക് സാഹിത്യമെന്നാൽ വിരിഞ്ഞുയരുന്ന കലാസമ്പത്തല്ല. ഉയർത്തിയ മുഷ്ടിയാണ്. നിങ്ങളുടെ വളഞ്ഞമൂക്ക് സൂക്ഷിച്ചുകൊള്ളുക.

ജൂലൈ 1989

പ്രിയപ്പെട്ട കക്കാടിന്

ഇത് ഓർമ്മയുടെ ദിവസങ്ങളാണ്. ഞങ്ങൾ ഇപ്പോഴും നിഷ്കളങ്കമെന്ന് പിച്ചുപറയുന്ന നാട്ടിൻപുറത്തുനിന്ന് നിങ്ങൾ വന്നു. അവിടെ ഒഴുകിയിരുന്ന കഥകളുടെ തീരങ്ങളിലാണ് നിങ്ങൾ കളിച്ചുവളർന്നത്. നീണ്ട നിഴൽവിരിച്ച മരങ്ങളും ദേവതാത്മാവായ മാമലകളും ഉള്ള, ഇല്ലാത്ത ആ ലോകത്തിൽ നിങ്ങൾ ഋഷികുമാരൻമാരുടെ മുഖച്ഛായകൾ തേടിനടന്നു. അകലെയങ്ങാനും ആശ്രമമുണ്ടോ എന്ന് നോക്കി, മന്ത്രംകൊണ്ട് വിളിപ്പുറത്തെത്തുന്ന ദേവന്മാരെയും യന്ത്രംകൊണ്ട് നേടാവുന്ന സിദ്ധികളെയും നിങ്ങൾ പരിചയിച്ചിരിക്കണം. അമരത്തിൽ പെരുക്കിയും സമാസത്തിൽ കൂട്ടിയും വാക്കുകൾക്കൊണ്ട് നിങ്ങൾ കല്ലുകളിച്ചിരുന്നുവല്ലോ. പദങ്ങളും വർണ്ണങ്ങളും രൂപങ്ങളും താളങ്ങളും നിറഞ്ഞ ഫാന്റസിയുടെ ഒരന്യലോകത്തിൽ നിങ്ങൾ അനന്യനായി നടന്നു. നടന്നു നടന്ന് എവിടെയാണ് നിങ്ങൾ എത്തിയത്? അവിടെയിരുന്നുകൊണ്ടുണല്ലോ നിങ്ങൾ ഞങ്ങളെ വിളിച്ചത്!

"സുന്ദരമെങ്കിലു,മീനരകത്തേക്കാൾ
ഭീകരവഞ്ചനതാവും ഗ്രാമം
വിട്ടിവിടേക്കെത്തുകവേഗം"

നഗരമായിരുന്നു നിങ്ങളുടെ അനുഭവം. ഈ അനുഭവങ്ങളെയാണ് കൊഴുത്തും മെതിച്ചും ഓർമ്മയുടെ പഴയ ജാടകളിൽ നിങ്ങൾ നിറച്ചത്. ഞങ്ങൾ അവയെ മിത്തുകൾ, സമൂഹാനുഭവത്തിന്റെ തയമ്പുകൾ എന്ന് വിളിച്ചു. ചീനബ്ഭരണികളും ശീമബ്ഭരണികളും അക്കൂട്ടത്തിലുണ്ടായിരുന്നു. ക്രമം തെറ്റിയ ക്രമത്തിൽ കലമ്പുന്ന ഇവ നിങ്ങളുടെ കവിതയിൽ പുതിയ ഒരു പാത്രചരിതം സൃഷ്ടിച്ചു. ആർക്കും എത്രയും വിളമ്പാവുന്ന ഒരു പാത്രം.

കൈതോലക്ക് മുള്ളുപോലെ, നായ്ക്കുരണക്ക് പൊടിപോലെ കവിതയും കുരുക്കുന്നു എന്ന് നിങ്ങൾ പറഞ്ഞു. ഇത് സ്വഭാവവാദമാണ്. ശരിയാകണമെന്നില്ല. ഭ്രാന്തുപിടിച്ച അയർലാൻഡ് യേറ്റ്സിനെ വേദനിപ്പിച്ച് കവിയാക്കി എന്ന് നിങ്ങളുടെ ഓഡൻ പറഞ്ഞിട്ടുണ്ടല്ലോ. കുടലിലെ വിശപ്പാണ് കടലിലെ കാക്കയായി, കടലുകൾ കടക്കുന്ന ഭാവനയായി വളർന്നതെന്ന് വൈലോപ്പിള്ളിയും എഴുതിയിട്ടുണ്ടല്ലോ. ചരിത്രത്തിന്റെ ലോക്കോമോട്ടീവ് വിശപ്പായതുകൊണ്ടാണ് നിങ്ങളും കോഴിക്കോട്ടെത്തിയത്. പോളിനെപ്പോലെ, വാസുവിനെപ്പോലെ, പിന്നീട് വൈശാഖനെപ്പോലെ, സമാന്തരനായി. നിങ്ങൾ വിദ്യയുടെ പുറംപോക്കിൽ സമാന്തരമായ കുടിലുകൾ വെച്ചു. നാട് പുറന്തള്ളിയ വർക്കുള്ള കുടിലുകൾ. നിങ്ങൾ മേഘമായി. മഴയായിപെയ്തു. മൃതിയെ അമൃതമാക്കുന്ന തന്ത്രം നിങ്ങൾ എവിടെ നിന്നാണ് പഠിച്ചത്? എലിയ ട്ടിനിതറിയില്ല എന്ന് നിങ്ങൾ ഒരിക്കലെഴുതി.

"മി.എലിയട്ട്
താങ്കൾക്കിത് മനസ്സിലാകുന്നുണ്ടാവില്ല
ഉരുകുന്ന അസ്ഥിയുടെ കടച്ചൽ താങ്കൾക്കുമനസ്സിലാകും
കരിയുന്ന നാഡികളിലൂടെ
അമൃതമൊഴുകുന്ന
ശാന്തി താങ്കൾക്കറിയാനിടയില്ല.
നാം തമ്മിൽ
ആറായിരം യോജന അന്തരമുണ്ടല്ലോ
ആറായിരം ജന്മങ്ങളുടെ അന്തരം
ഒരു ഹിമവാന്റെ ഒരു
പ്രണവത്തിന്റെ അന്തരം"

വാസ്തവത്തിൽ എലിയട്ടിന്റെയും തന്ത്രം ഇതുതന്നെ ആയിരുന്നില്ലേ? സഹനത്തിലൂടെ, സൃഷ്ടിയിലൂടെ, മരണത്തെ ജയിക്കുന്ന മനുഷ്യത ന്ത്രം-മനുഷ്യൻ സ്വയം സൃഷ്ടിച്ച ചരിത്രമായിത്തീരുന്ന തന്ത്രം.

പഴയ അസുരവിത്തായ ചങ്ങമ്പുഴയുടെയോ പുതിയ അസുരവിത്തായ വാസുവിന്റെയോ ലോകങ്ങൾ നിങ്ങളുടെതിൽനിന്ന് വ്യത്യസ്തമാണ്. അവരുടെ ഈടുവെപ്പുകളിൽ പഴയ ഭരണികളില്ല. അവർക്ക് ഈടു വെപ്പുകളേ ഇല്ലെന്നാണ് പറയേണ്ടത്. അവർ കാര്യങ്ങൾ കുറെക്കൂടി പച്ചയായി പറയുന്നു. ഓട്ടം തുടങ്ങുന്ന ബിന്ദുവാണ് നിങ്ങളുടെ വൃത്തം മാറ്റിത്തീർക്കുന്നത്. നിങ്ങൾക്ക് നിങ്ങളുടെ ട്രാക്കിൽക്കൂടിയേ ഓടാൻ കഴിയൂ. നിരൂപണങ്ങളിലെല്ലാം എഴുത്തുകാരന്റെ ആരംഭബിന്ദുവിനെ ക്കുറിച്ചുള്ള ഓർമ്മയുണ്ടായിരിക്കണമെന്നും ഞങ്ങൾക്കറിയാം.

അതുകൊണ്ട് നിങ്ങൾ ജനകീയ കാവ്യങ്ങളെഴുതിയില്ല എങ്കിലും നിങ്ങൾ എഴുതിയതെല്ലാം ജനകീയമാണെന്ന് ഞങ്ങൾ മനസ്സിലാക്കുന്നു. ശബ്ദതാപങ്ങൾക്ക് ഭേദിക്കുവാൻ കഴിയാത്ത മുറികളിലിരിക്കുമ്പോഴും ജീവിതത്തിന്റെ കോപതാപങ്ങളാണ് നിങ്ങളെ നോവിച്ചിരുന്നത് എന്നും ഞങ്ങൾ അറിയുന്നു. അടഞ്ഞ ഒരില്ലത്തിൽനിന്ന് പുറപ്പെട്ട് അടഞ്ഞ മറ്റൊരില്ലത്തിലാണ് നിങ്ങൾ ചെന്നുപെട്ടത്. ഭാവനയിലെ ദുഷ്ടന്മാരെ നിങ്ങൾ അവിടെ ജീവനോടെകണ്ടു. ബ്യൂറോക്രസിയാണ് നിങ്ങളെ നേരിട്ട വേതാളം. അതിന്റെ കൗടില്യവും സ്വാർത്ഥവും വിജയവും നിങ്ങൾ ഇളവില്ലാതെ വർണിച്ചു.

കല്ലായിപ്പുഴയിൽ തൊലിയുരിച്ച് ഈർന്നുമുറിച്ച് ഉപ്പിലിട്ടിരിക്കുന്നത് നമ്മുടെ തടിയാണെന്ന് പറഞ്ഞത് നിങ്ങളാണല്ലോ. ധർമസാധനമായ ശരീരം വെറുമൊരു സാധനമായി, ഉരുപ്പടിയായി, മാറുന്ന വാണിജ്യ നാഗരികതയെ നിങ്ങൾ എത്ര കരുത്തോടെയാണ് കാണിച്ചുതന്നത്. തമ്മിൽ കലർന്ന് ദുർഗന്ധമായിത്തീരുന്ന സുഗന്ധങ്ങൾ, പാർക്കിൽ ചേക്കേറിയ കലാപമായിത്തീരുന്ന ഏകാന്തതകൾ, തൃച്ചംബരത്ത് ഭജിക്കാൻപോയിട്ട്, തളിയിൽ തിരിച്ചെത്തി ജനാലക്കലിരുന്ന് ചിരിക്കുന്ന ചുകന്ന ഇത്തിരിപ്പൂക്കൾ ഞങ്ങൾ അധോലോകമെന്ന് പറയുമെങ്കിലും നിങ്ങളതിനെ പാതാളമെന്നാണോർത്തത്.

ഈ നരക പാതാളങ്ങളോടെല്ലാം ഇടഞ്ഞുനിൽക്കുവാൻ പോന്ന 'ഈഗോ' നിങ്ങൾക്കുണ്ടായിരുന്നു. വരുമ്പോൾ നാട്ടിൽനിന്ന് കൊണ്ടുപോന്നതാകണം ഇത്. നട്ടെല്ലെന്ന് നിങ്ങൾ പറയുന്ന ഈ ഉപകരണത്തിൽക്കൂടി നിങ്ങൾ വേദനകളെ തടഞ്ഞുനിർത്തി അമൃതമഴപെയ്യിച്ചു. ഏത് കടുത്ത നിരൂപണത്തെയും ഒന്നിരുത്തി മൂളി നിങ്ങൾ പരാജയപ്പെടുത്തി. ഏത് വേദനയെയും മുറിച്ചുകടന്ന് നിലംപരിശാക്കി, കവിയുടെ വേദനയെ കാലത്തിന്റെ ഇതിഹാസമാക്കി. നിങ്ങൾ ഒരപൂർവ്വവൈദ്യനായിരുന്നു.

ഡിസംബർ 1988

ഒ.വി. വിജയൻ

നമ്മുടെ കാലഘട്ടത്തിലെ ഏറ്റവും സെൻസിറ്റീവായ എഴുത്തുകാരനായിരുന്നു വിജയൻ. അതുതന്നെയാണ് ഒ.വി.യുടെ ശക്തിയും ദൗർബല്യവും. ഒരു തൊട്ടാവാടിയെപ്പോലെ കാലത്തോട് പ്രതികരിക്കുന്ന ഒരു രീതി അദ്ദേഹത്തിനുണ്ടായിരുന്നു. വളരെ സൂക്ഷ്മമായ അനുഭവങ്ങളെ ഉൾക്കൊണ്ട് വേദനിക്കുവാൻ കഴിയുന്ന ഒരവസ്ഥയാണത്. പലപ്പോഴും അത്തരം ആളുകൾക്ക് മറ്റുള്ളവരെക്കാൾ കൂടുതൽ സ്പഷ്ടമായും വേഗത്തിലും വരാനിരിക്കുന്ന കാലത്തെക്കുറിച്ചുള്ള ബോധമുണ്ടാകും; കാലപ്പകർച്ചകളെ വേഗത്തിലറിയുന്ന പക്ഷികളെപ്പോലെ. അതുകൊണ്ടാണ് ഒ.വി.യെ ഒരു പ്രവാചകനായി ആളുകൾ വിവരിക്കുന്നത്. ഇതൊരു ദാർശനികമായ പ്രവർത്തനമല്ല, മറിച്ച് ഇന്ദ്രിയാനുഭവത്തിന്റെ വിളംബരമാണ്. ഇതുതന്നെയാണ് വിജയന്റെ അനുഭവമണ്ഡലങ്ങളിലെ വൈരുദ്ധ്യത്തിനുള്ള വിശദീകരണം. ഖസാക്ക് പുറത്തുവരുന്ന 1969 സാർവലൗകികമായി യുവത്വത്തിന്റെ അസ്വസ്ഥതയുടെ വർഷമാണ്. സാർവ്വലൗകിക വിദ്യാർത്ഥി പ്രക്ഷോഭങ്ങളുടെ, ക്രുദ്ധയുവത്വത്തിന്റെ കാലം. അതിന്റെയർത്ഥം, യുവത്വം പുതിയ അർത്ഥം അന്വേഷിക്കുന്നു എന്നും പഴയ ഘടനകൾ തിരസ്കരിക്കാൻ ശ്രമിക്കുന്നു എന്നുമാണ്. അങ്ങനെ, വിജയൻ കഥയുടെ ഘടനയേയും ഭാഷയുടെ ഘടനയേയും ഒക്കെ തിരസ്കരിക്കുകയും നവീകരിക്കുകയും ചെയ്തതായി കാണാം. അതുകൊണ്ടാണ് ഖസാക്ക് കാലത്തിന്റെ ഹരമായിത്തീർന്നത്. ഒരുപക്ഷേ ഈയർത്ഥത്തിൽ അടിയന്തിരാവസ്ഥക്കാലത്തെ അധികാര സ്വഭാവത്തെക്കുറിച്ചുള്ള ക്ഷോഭങ്ങളിലും പിന്നീട്, നിഴൽ ചായുന്ന കാലത്ത്, ആധ്യാത്മികത എന്ന് പലരും വിശേഷിപ്പിക്കുന്ന ശാന്തിയാത്രകളിലും ഈയന്വേഷണം കാണാവുന്നതാണ്. അതുകൊണ്ട് പിൻതലമുറയ്ക്ക് പഠിക്കാനുള്ള സാരവാക്യങ്ങളല്ല, മിഴിച്ചു നിന്നു കാണുവാനും കാതോർക്കുവാനുമുള്ള ജീവിതാന്വേഷണങ്ങളും പരീക്ഷണങ്ങളുമാണ് വിജയന്റെ കഥകളിലും നോവലുകളിലുമുള്ളത്.

ഏപ്രിൽ 2001

വാക്കുകളുടെ കൂട്ടിലേക്കു സഞ്ചരിച്ച എഴുത്തുകാരൻ

ആയിരത്തിത്തൊള്ളായിരത്തി അറുപത്തി ഒൻപതിലാണ് 'ഖസാക്കിന്റെ ഇതിഹാസം' പ്രസിദ്ധീകരിക്കുന്നത്. അത് ലോകവിദ്യാർത്ഥി യുവജന പ്രസ്ഥാനത്തിന്റെ വർഷംകൂടിയായിരുന്നു. ആഗോളതലത്തിലുള്ള യൗവനത്തിന്റെ ഉന്മാദം ഉണ്ടാവുന്ന കാലം. മറ്റുകാരണങ്ങളിലേയ്ക്കു പോകാതെ, കെട്ടുതി വരുമ്പോൾ അതിന്റെ ഭാഷ മുതൽക്കുള്ള എല്ലാ അംശങ്ങളും യുവത്വത്തിന്റെ, ഏകാന്തതയുടെ അന്വേഷണത്തിന്റെ സ്വരം അതിൽ രേഖപ്പെടുത്തിയിട്ടുണ്ട്. പിന്നീട് നാം എക്സിസ്റ്റൻഷ്യലിസം എന്നു പേരിട്ടു വിളിക്കുന്ന ഒരുതരം ആഭ്യന്തര അന്വേഷണം, വളരെ വിശാലമായിട്ടു പറഞ്ഞാൽ, അർത്ഥം മാത്രമല്ല അത്. പഴയ പുരുഷാർത്ഥത്തിൽനിന്ന് വ്യത്യസ്തമായി പുതിയൊരു പുരുഷാർത്ഥം തേടിയുള്ള ഒരു അന്വേഷണം, ആ കൃതിയിൽ കാണാം. കേരളത്തിലെ എല്ലാ തലത്തിലുമുള്ള അഭിരുചികളെയും ഇളക്കിമറിച്ച ഒരു സംഭവമായിരുന്നു അത്. വിഷയത്തിൽ മാത്രമല്ല അത് നടന്ന സ്ഥലം ഒരുപക്ഷേ, ഒരു ഭൂപടത്തിൽ അടയാളപ്പെടുത്താൻ കഴിയുന്ന ഒരു സ്ഥലമായിത്തീരുന്നുണ്ട്. അതായത് ഒ.വി.വിജയന്റെ കവിതയിൽ പറയുന്ന ഒരിടംപോലെ സാങ്കൽപികമായ ഒരു സ്ഥലം. ഒരു കല്പിതമായ വ്യവസ്ഥ. മനുഷ്യബന്ധങ്ങൾ, ഭാഷാരീതികൾ ഇതൊക്കെയുള്ള വളരെ അപരിചിതമായ ഒരു സ്ഥലത്തിന്റെ അനുഭവമാണതിൽ കൊണ്ടുവരുന്നത്. അതുകൊണ്ടാണ് നിരൂപണം ചെയ്യുന്ന സമയത്ത്, ഒരു നിരൂപകൻ ഖസാക്കിലെ ഉൽപാദന വ്യവസ്ഥയെക്കുറിച്ച് അന്വേഷിച്ചത്. അതിന്റെ ഉത്തരങ്ങളിലേയ്ക്കല്ല. മറിച്ച് ഒരു പട്ടം ആകാശത്തിലേയ്ക്ക്

പോകുമ്പോഴുണ്ടാകുന്ന ഒരു അനുഭവം പോലെയാണത്. പട്ടത്തിന് കടലാസായിട്ട് കമ്പിയിൽ കുടുങ്ങി നിലത്തിരുന്നാൽമതി. പക്ഷേ, ആകാശത്തേയ്ക്ക് പോയി അത് പൊട്ടിപ്പോകാം. അത് എന്താണ് അന്വേഷിക്കുന്നതെന്ന് പട്ടത്തിനും അറിയില്ല. അങ്ങനെ സഞ്ചരിക്കുന്ന ഒരു പട്ടത്തിന്റെ അവസ്ഥ ഇതിലെ കഥാനായകന്റേതുപോലെയാണ്. എവിടെയോ ഒരു ചരട് ഉണ്ട് എന്ന് നാം വിശ്വസിക്കുക മാത്രമേ ചെയ്യുന്നുള്ളൂ. ഇതൊരു പുതിയ അനുഭവമായിട്ട്, യൗവനത്തിന്റെ അന്വേഷണാനുഭവമായിട്ട് രൂപം കൊള്ളുന്നുണ്ട്. അതിന് സാമ്പത്തികവും സാമൂഹ്യവുമായ കാരണങ്ങളുണ്ടാകാം. പക്ഷേ, ചില ഘട്ടങ്ങളിൽ ഇത്തരം ചോദ്യങ്ങൾ ഉന്നയിക്കുന്നതായിട്ട് കാണുന്നുണ്ട്.

ലോകചരിത്രവിഷാദകാലഘട്ടമായിരുന്നു 1930-കൾ. വളരെയധികം ആത്മഹത്യകളുടെ കാലമായിരുന്നു. ആത്മഹത്യയെ അതിന്റെ കണക്കുകളിൽ നിന്നും മാറ്റിനിറുത്തിയാൽ, ജീവിതത്തിന്റെ മൂല്യത്തെക്കുറിച്ചൊരു വീണ്ടുവിചാരം വരുന്ന ഘട്ടത്തിലാണ് പലരും ആത്മഹത്യയെ ശരണം പ്രാപിക്കുന്നത്. നിങ്ങൾക്ക് ഒരു അർത്ഥത്തിൽ ഉടക്കാൻ കഴിയാതെ വരിക. അതൊരു വ്യാമോഹത്തിന്റെ വഞ്ചനയാകാം. പക്ഷേ, അത്തരത്തിലാണ് കേരളത്തിൽ ഇന്ന് സംഭവിച്ചുകൊണ്ടിരിക്കുന്നത്. അത് അർത്ഥം അന്വേഷിക്കുന്ന സമൂഹമനസ്സിന്റെ സൂചകമാണ്. അത്തരം ഒരു സൂചന 'ഖസാക്കിന്റെ ഇതിഹാസ'ത്തിലുണ്ട്. അങ്ങനെയുള്ള സ്ഥലങ്ങളിലേയ്ക്ക് സഞ്ചരിക്കുമ്പോൾ അവിടെമാത്രം കണ്ടെത്താവുന്നതും നമുക്ക് മനസ്സിലാക്കാനാകുന്നതുമായ തീരെ അപരിചിതമായൊരു ഭാഷ അതിൽ വരുന്നുണ്ട്. അതാണ് 'ഖസാക്കിന്റെ ഇതിഹാസ'ത്തെ വളരെ വ്യത്യസ്തമായൊരു അനുഭവമാക്കിത്തീർക്കുന്നത്.

അതിനുശേഷമുണ്ടായ ഒരു ആരോപണം, പിന്നീട് എഴുതിയ ചില എഴുത്തുകാർ ഒ.വി.വിജയനെ അനുകരിക്കാൻ ശ്രമിച്ചു എന്നതാണ്. അത് മുഴുവൻ ശരിയല്ല. എങ്കിലും അത്തരത്തിലുള്ള ഒരു അന്വേഷണം പല മനസ്സുകളിലും ഉണ്ടായി എന്നത് ശരിയാണ്. സെർച്ച് ഫോർ മീനിങ് എന്ന അർത്ഥത്തിൽ അതിനെ കണ്ടാൽ മതി. അങ്ങനെ അർത്ഥം തേടിയുള്ള അന്വേഷണത്തിൽ, വാക്കുകളുടെ അർത്ഥത്തിൽ മാറ്റമുണ്ടാകും. ബന്ധങ്ങളൊക്കെ വിചിന്തനം ചെയ്യപ്പെടുകയും പുനർനിർവ്വചിക്കപ്പെടുകയും ചെയ്യും. അതൊരു ഡീസ്ട്രക്ചറിങ് ആണ്. അതൊരു പ്രോസസ് ആണ്. അതിനൊരു വലിയ മാറ്റം ഒ.വി.വിജയൻ 'ഖസാക്കി'ൽ കൊണ്ടുവരുന്നുണ്ട്. അത്തരം അവസ്ഥയിൽ ഒരു എഴുത്തുകാരൻ വാക്കിൽചെന്ന് മുട്ടിവിളിക്കുന്ന ഒരു അനുഭവം. വാക്കുകൾ എടുത്ത് ഉപയോഗിക്കുകയല്ല. മറിച്ച്, വാക്കുകളോട് അതിന്റെ വാതിൽ

തുറക്കാൻ പറയുന്ന ഒരു അനുഭവം. ഒ.വി.വിജയന്റെ കൃതികളിൽ അതു കാണാം. അതായത് എടുത്ത് വിഴുങ്ങാതെ തുറന്നു കാണിക്കാൻ ആവശ്യപ്പെടുന്ന ഒരു രീതി, വാക്കുകളെ സംബന്ധിച്ചിടത്തോളം ഭാഷയെ സംബന്ധിച്ചിടത്തോളം വിജയൻ സ്വീകരിക്കുന്നുണ്ട്. അത് ഭാഷയുടെ നവീകരണത്തിന്റെ എല്ലാ ഘട്ടങ്ങളിലും കാണാൻ കഴിയുന്നുണ്ട്. ഭാഷ അനുഭവത്തിന്റെ വിത്തുകളാണ്. അതിനെയാണ് വാക്കുകൾ എന്നു പറയുന്നത്. അത് വീണ്ടും അനുഭവത്തിലേയ്ക്കുതന്നെ പോകാനുള്ള ഒരു തിടുക്കം ഒ.വിയുടെ കൃതികളിലുണ്ട്. അതായത് സ്യമന്തകത്തിലെ മണിയെപ്പറ്റി പറയുന്നതുപോലെ

"മണപ്പിച്ച് ചുംബിച്ച് നക്കി കടിച്ചിട്ടി-
ണങ്ങാത്ത ദൂരത്തെറിഞ്ഞാൻ കുരങ്ങൻ."

അങ്ങനെ വാക്കുകൾ എടുക്കുമ്പോൾ 'ടോയിങ് വിത്ത് വേർഡ്സ്' എന്നു പറയുന്നതുപോലെ. അത് പലപ്പോഴും വിജയനോട് അടുപ്പമുള്ള പലരും സൂചിപ്പിക്കുന്ന ഒരു കാര്യമാണ്. അതുകൊണ്ട് ഒ.വി.വിജയൻ പ്രിയപ്പെട്ട വാസു എന്നു പറയുന്നതിനുപകരം 'പ്രാണവാസു' എന്നാണ് പറയാറുള്ളത്. അങ്ങനെയാണ് എം.ടി.വാസുദേവൻ നായർക്ക് കത്തെഴുതാറുള്ളത്. അതിൽ കാണാൻ കഴിയുന്നത് ആഭ്യന്തരഘടനയിലേക്കുള്ള ഒരു അന്വേഷണമാണ്. അത് എല്ലാവർക്കും കഴിഞ്ഞു എന്നുവരില്ല. റെഡിമെയ്ഡ് വേർഡ്സ് എന്നു പറയുന്നത് റെഡിമെയ്ഡ് എക്സ്പീരിയൻസാണ്. അതിനുപകരം വാക്കുകളുടെ പച്ചയിലേക്ക് കടക്കുക. ആ അർത്ഥത്തിലാണ് നമ്മൾ പച്ചത്തെറി എന്നു പറയുന്നത്. വാക്കുകളുടെ പച്ചയിലേക്ക്, വാക്കുകളുടെ കൂട്ടിലേക്ക് കടക്കുന്ന ഒരു പ്രവണത. വാക്കുകളുടെ കൂട്ടിലേക്ക് കടക്കുക എന്നു പറഞ്ഞാൽ അനുഭവത്തിന്റെ കൂട്ടിലേക്കു കടക്കുക എന്നുള്ളതാണ്. അങ്ങനെ അധികകാലം കൊണ്ടു നടക്കാൻ കഴിയില്ല. അത് നമുക്ക് സ്വീകരിക്കാൻ വേണ്ടിയല്ല. മറിച്ച് താൻ അന്വേഷണത്തിന് കണ്ടെത്തിയ ഒരു ഇരിപ്പിടം മാത്രമാണ്. ഒലിവിന്റെ കൊമ്പ് എന്നുള്ള നിലയിലാണ് അദ്ദേഹം ഓരോ സ്ഥലത്തും എത്തിച്ചേരുന്നത്.

കണ്ടറിയാവുന്ന ഭൂപടം

രാഷ്ട്രീയത്തിൽ പോകുന്നുണ്ട്. നമ്മൾ ആത്മീയത എന്നു വിളിക്കുന്ന ഒരുതരം സമാധാനത്തിൽ എത്തിച്ചേരുന്നുണ്ട്. ഇവിടെയൊക്കെ വേണമെങ്കിൽ നമുക്ക് വിജയനെ കണ്ടെത്താം. ഇതൊരു പോസിബിൾ വേൾഡ് ആണ്. മനുഷ്യന് ചേക്കാറാവുന്ന പല സ്ഥലങ്ങളിൽ പോയിട്ട് അദ്ദേഹം അലയുന്നുണ്ട്. ഇതുകൊണ്ട് നമുക്ക് ആ ജീവിതത്തിൽ നിന്നു

കിട്ടുന്നത് പഠിച്ചെടുക്കാവുന്ന ഒരു അർത്ഥമല്ല; കണ്ടറിയാനുള്ള ഒരു അനുഭവ ഭൂപടമാണുണ്ടായിത്തീരുന്നത്. ജീവിതത്തിന്റെ സാരമെന്ത് എന്നുള്ളതല്ല, എന്താണ് അദ്ദേഹം ഉപദേശിച്ചത് എന്നുള്ളതല്ല, എന്താണ് അവസാനമായി ഒ.വി.വിജയൻ നമുക്ക് നൽകിയ സന്ദേശം എന്നുള്ളതല്ല, അങ്ങനെ സന്ദേശങ്ങളായി ചുരുക്കാൻ കഴിയാത്ത അനുഭവപാളികളെക്കൊണ്ടു നിറഞ്ഞ ഒരു സ്ഥലമാണ് ഒ.വിയുടെ ജീവിതം എന്നുപറയാം. രോഗാവസ്ഥ അദ്ദേഹത്തിന്റെ അത്തരത്തിലൊരു അനുഭവമാണ്. അതിന് വളരെയധികം അനുഭവങ്ങളെ ഉണർത്താനുള്ള കഴിവുണ്ട്. അരോഗദൃഢഗാത്രനായ ഒരാൾക്ക് അരോഗദൃഢഗാത്രമായ ഒരു അനുഭവമേ ഉണ്ടാവുകയുള്ളൂ. പക്ഷേ, രോഗികൾക്ക് ധാരാളം അനുഭവങ്ങൾ ഉണ്ടാകും. ഒരു നല്ല മുറിവുപോലും എന്നർത്ഥം. അതുകൊണ്ട് നാം ഇടക്കാലത്ത് സാഹിത്യകാരന്മാരെക്കുറിച്ച് പറയാറുള്ളത് മൂലക്കുരുക്കുന്ന മഴവെട്ടുത്ത് കാലിൽ ഇട്ടതിനുശേഷം എന്റെ കാല് മുറിഞ്ഞു എന്നു പറയുന്നതുപോലെ എന്നാണ്. പക്ഷേ അവർ മാത്രമേ മുറിവ് എന്താണെന്ന് അറിയുന്നുള്ളൂ. സൂക്ഷിച്ച് പ്രവർത്തിക്കുന്ന ആളുകൾക്ക് മുറിവ് എന്താണെന്നറിയില്ല. സ്വയം ശരീരത്തിൽ ഏൽപ്പിക്കുന്ന, മനസ്സിൽ ഏൽപ്പിക്കുന്ന അസാദ്ധ്യതകളിലേക്ക് പ്രവേശിച്ചിട്ട് അമ്പരക്കുകയും നിരാശപ്പെടുകയും ചെയ്യുന്ന ഒരവസ്ഥ തന്നെയാണിത്. അതു വരുമ്പോൾ നിങ്ങൾ ഒരുപാട് ലോകങ്ങളിൽ സഞ്ചരിക്കുന്നുണ്ട്. അതിൽ നമ്മൾ ഏത് തിരഞ്ഞെടുക്കണം എന്നുള്ളതല്ല. അത് യഥാർത്ഥത്തിൽ സാദ്ധ്യമായ ലോകങ്ങളുടെ പോട്രേച്ചർ എന്നു വേണമെങ്കിൽ പറയാം. പലരുടെ ജീവിതത്തിലും അതു കാണുന്നുണ്ട്. അവിടെ എത്തുമ്പോഴാണ് നമ്മളുടെ ജീവിതം അനന്തമാണ് എന്ന ബോധത്തിൽ നാം എത്തിച്ചേരുന്നത്. ജീവിതം അനന്തമാകാൻ കാരണം വാക്കിന്റെ മിടുക്കല്ല. ജീവിതം നമ്മൾ ഉണ്ടാക്കിത്തീർക്കുന്നതായതുകൊണ്ട് അതിന് അവസാനമില്ല. പ്രകൃതിയിലുള്ളതാകുമ്പോൾ അതിന് അവസാനമുണ്ട്.

ജീവിതത്തിന്റെ അർത്ഥം വാർദ്ധക്യമല്ല, അതൊരു അവസ്ഥയാണ്. അതിൽ ഏറ്റവും കൂടുതൽ വൈബ്രന്റായിട്ടുള്ള, ഇതുവരെയുള്ള എല്ലാ മൂടുപടങ്ങളേയും കീറിമുറിച്ചുകൊണ്ട് ഒ.വി വരുന്നത് 'ഖസാക്കിന്റെ ഇതിഹാസ'ത്തിലും 'ഇരിങ്ങാലക്കുട'പോലുള്ള കഥകളിലും ആണ്. ഇത്തരത്തിലുള്ള അനുഭവത്തിന്റെ പഴയ മൂടുപടത്തെ മുറിച്ചുകൊണ്ടാണ് അദ്ദേഹം വരുന്നത്. അതിനിടയിൽ ഒരാൾ ചോദിച്ചത് വാക്കുകൾക്ക് പ്രവാചകത്വമില്ലേ എന്നായിരുന്നു? അഡൽട്രേറ്റ് ചെയ്യാത്ത ഒരു അനുഭവത്തിന്റെ പ്രഖ്യാപനത്തെയാണ് പ്രവാചകത്വം എന്നു പറയുന്നത്. അത് ചിലപ്പോൾ ശരിയാകാം, കാരണം അത് നമ്മുടെ മോഹം

കൊണ്ട് നിറം പിടിപ്പിച്ചതല്ല. പിന്നീട് നമുക്ക് ഒരു ഷെഡ്യൂൾ വരുന്നുണ്ട്. പഠിക്കണം, ജോലി കിട്ടണം. ജോലി കിട്ടി, ജോലി ചെയ്യാതിരിക്കണം, എന്നിട്ട് പിരിഞ്ഞുവരണം. പിന്നീട് സ്വസ്ഥമായിരിക്കണം. ഇങ്ങനെയുള്ള ഷെഡ്യൂളിനു പകരം എപ്പോഴും സ്വസ്ഥതയില്ലാതിരിക്കണം എന്നുമാത്രം വിചാരിക്കുന്ന ഒരാളിനെ സംബന്ധിച്ചിടത്തോളം അയാൾ കാണുന്ന ലോകം വളരെ ചടുലമായിരിക്കും. നഗ്നം എന്നുവേണമെങ്കിൽ അതിനെ പറയാം. അങ്ങനെയുള്ള നഗ്നമായ ഒരു കുട്ടിയുടെ മനസ്സ്, അവിടെ യഥാർത്ഥത്തെ അതിന്റെ തനിരൂപത്തിൽ കാണാൻ കഴിയും. അത് അനുഭവങ്ങളോടുള്ള സത്യസന്ധതയാണ്. ഇവിടെ പറഞ്ഞവാക്ക് പാലിക്കുകയാണ് മുഖ്യം. അതൊരു സത്യസന്ധതയാണ്.

ഒരു ചെടി അതിന്റെ ഇലയെ ഉപേക്ഷിക്കുന്നതുപോലെ തന്റെ വാക്കുകൾ ഉപേക്ഷിച്ചുപോകുന്ന ഒരു മനുഷ്യൻ, ആദ്യം വിരിഞ്ഞ ഇല എവിടെ എന്നു ചോദിച്ചാൽ അതുപോയി. തടിയിലുണ്ട് എന്നു പറയാം. അങ്ങനെ പറയുക, വിപ്ലവം പറയുക, വിപ്ലവവിരുദ്ധത പറയുക, ഭക്തി വിരുദ്ധത പറയുക, ചുട്ടെരിക്കുവിൻ എന്ന് എഴുതുക. ഇങ്ങനെ വരുന്ന സമയത്ത് ഉണ്ടാകുന്ന വികാരമെന്താണ്, അനുഭവമെന്താണ്, അതിനോട് ക്കുറുപുലർത്തുക എന്ന സാമാന്യമായ അനുഭവസത്യസന്ധതയുള്ള ആളുകളെ സംബന്ധിച്ചിടത്തോളം പലപ്പോഴും അവരുടെ വാക്കുകളിൽ പ്രവാചകത്വം കാണാൻ കഴിയും. കാരണം നമ്മൾ പ്രതീക്ഷകൾ മനസ്സിൽ വച്ചുകൊണ്ട് പ്രവർത്തിക്കുന്ന ആളുകളാണ്. സ്വാതന്ത്ര്യം അത്തരമൊരു പ്രതീക്ഷയായിരുന്നു. അതുകൊണ്ട് ആ പ്രതീക്ഷ നിറവേറ്റപ്പെട്ടുമ്പോഴാണ് മലയാളസാഹിത്യത്തിൽ ആദ്യമായി മോഹഭംഗം എന്നൊരു വാക്കുണ്ടായത്. സ്വാതന്ത്ര്യം കിട്ടിയതിനുശേഷമാണ് ആ വാക്കുണ്ടായത്. അതിനു മുൻപ് മോഹം മാത്രമേ ഉണ്ടായിരുന്നുള്ളു. അത്തരം നിത്യനൂതനമായ അനുഭവസത്യസന്ധത ഒ.വി.വിജയന്റെ വ്യക്തിത്വത്തിലുണ്ട്.

ഇതിനിടയിൽ നാം മറന്നുപോകുന്ന ഒരു കാര്യം അദ്ദേഹത്തിന്റ ചിത്രങ്ങളാണ്. ഒരു കാർട്ടൂണിസ്റ്റ് എന്ന നിലയിൽ അത് അദ്ദേഹത്തിന്റെ ജീവിതമാർഗംകൂടിയായിരുന്നു. കാർട്ടൂണിസ്റ്റിന് ഭാഷയില്ല. മലയാളത്തിന്റെ ദാരിദ്ര്യം ഇല്ല. അദ്ദേഹത്തിന്റെ വരകളും വാക്കുകളും കൂടിയുള്ള ചേർച്ചയാണ് ആളുകളെ കൂടുതൽ സ്വാധീനിച്ചത്. തിരിഞ്ഞു നോക്കുമ്പോൾ ഇവരെയൊക്കെ സൃഷ്ടിച്ച ഒരു ശങ്കരൻ ഡൽഹിയിലുണ്ടായിരുന്നു എന്ന് നാം അറിയുന്നു. അങ്ങനെ ഒരു മനുഷ്യന്റെ വലുപ്പം കേരളം മുഴുവൻ ഇപ്പോഴും മനസ്സിലാക്കിയിട്ടില്ല. വലിയ ആഗോള സ്വപ്നങ്ങളുണ്ടായിരുന്ന ശങ്കരപിള്ളയെക്കുറിച്ച് ഇങ്ങനെ പറയുമ്പോൾ,

ഇങ്ങനെ സ്വപ്നങ്ങളുമായി നടന്ന മറ്റൊരു മലയാളി ഉണ്ടോ എന്ന് സംശയമാണ്. ഒരുപക്ഷേ, അദ്ദേഹം അറിയപ്പെടാതെ പോകുന്നതിനു കാരണം വളരെ കുറച്ചുപേരെ മാത്രമേ ഉപദ്രവിച്ചിട്ടുള്ളൂ എന്നതാവാം. അധികം ഉപദ്രവിക്കുന്നവരെ മാത്രമേ ആളുകൾ ശ്രദ്ധിക്കുകയുള്ളൂ.

ഇതിഹാസകാരൻ

ലോകത്തിലെ മുഴുവൻ പാവങ്ങളെയും സമാഹരിച്ചാൽ യഥാർത്ഥമായി മനുഷ്യരെ മുഴുവനും ഒരുമിപ്പിക്കാം എന്നു കരുതിയിരുന്ന ഒരു മനുഷ്യന്റെ മനസ്സ് അങ്ങനെയായിരുന്നു. 'ഒരു പാവക്കിനാവ്' എന്ന പേരിൽ വൈലോപ്പിള്ളി കവിത എഴുതിയിട്ടുണ്ട്. കുട്ടികളിലേക്കിറങ്ങി വരിക എന്ന ഒരു രീതിയായിരുന്നു ശങ്കരപിള്ളയുടേത്. ഒ.വി.വിജയന്റെ കാര്യത്തിലും അങ്ങനെയായിരുന്നു. കുട്ടികളിലേക്കിറങ്ങി വരിക. കുട്ടികളിലൂടെ ലോകത്തെ വീണ്ടും കാണുക അതാണ് പാവകൾ ചെയ്യുന്നത്. അങ്ങനെ ഒരാളിന്റെ സാന്നിധ്യം ഒ.വിയുടെ ചരിത്രരചനയെ സ്വാധീനിച്ചിട്ടുണ്ട് എന്നതിൽ സംശയമില്ല. വാക്കുകളെ മാറ്റിനിർത്തിയാൽ മനുഷ്യൻ സംസാരിക്കുന്നത് ഒന്നാണ് എന്ന ബോധം ആ ചിത്രങ്ങൾ നമുക്ക് സമ്മാനിക്കുന്നു.

പകർത്തി എഴുതുന്നതിൽ തെറ്റ് വരില്ല. വിജയൻ എഴുതിയതിൽ ധാരാളം തെറ്റുകളുണ്ട്. പറഞ്ഞതിലും തെറ്റുകൾ കാണാം. കാരണം അത് വിജയൻ തന്നെ സ്വന്തം അനുഭവത്തിൽ നിന്ന് എഴുതിയതാണ്.

ലോകത്തിൽ വച്ച് ഏറ്റവും ദുർബലനായ മനുഷ്യൻ ഒ.വി.വിജയനായിരിക്കും.താൻ പഠിപ്പിച്ചിരുന്ന ഓരോ കുട്ടിയേയും ഭയപ്പെട്ടുന്നു. താൻ ഉപയോഗിച്ചിരുന്ന ഓരോ വാക്കിനേയും സൂക്ഷിച്ച് സൂക്ഷിച്ച്, പൊട്ടുന്ന ഒരു മുട്ടപോലെ അദ്ദേഹം ഉപയോഗിച്ചിരുന്നു. ജയപരാജയങ്ങൾക്കപ്പുറത്തുള്ള ഒരു സ്വന്തം ജീവിതം തേടി അലയുകയും അതു മുഴുവൻ ചാർട്ട് ചെയ്യുന്നതിനു മുൻപിൽ തന്റെ ഭൂപടം വരച്ചുതീർക്കുന്നതിന് കഴിയാതെ പോവുകയും ചെയ്ത ഇതിഹാസകാരൻ ഇനി ഓർമ്മയിൽ മാത്രം.

ഏപ്രിൽ 2005

ഭൂമിയുടെ ഞരക്കങ്ങൾ

ആദ്യ സമ്മാനത്തിന്റെ ഫലം അച്ഛന്റെ അംഗീകാരമായിരുന്നു എന്ന് എം ടി അഹങ്കാരത്തോടെ ഓർക്കുന്നുണ്ട്. പെണ്ണുങ്ങളുടെ കഥയെഴുതുന്നവന് ഇതൊരു സാമ്രാജ്യത്തിന്റെ സ്ഥാപനം തന്നെ ആയിരിക്കണം. തന്റെ കുതിര മേഞ്ഞു നടന്നിരുന്നത് യാഥാർത്ഥ്യത്തിന്റെ മറ്റൊരു തലത്തിൽ ആയിരുന്നുവെന്ന് അയാൾ അറിയാൻ തുടങ്ങുന്നു. നിലത്ത് പഴംപായിൽ കാതമർത്തി കിടക്കുമ്പോൾ കേട്ട ശല്യങ്ങൾ ഭൂമിയുടെ ഞരക്കങ്ങളായിരുന്നുവെന്നും കെട്ടിപ്പിടിക്കുമ്പോൾ ചുട്ടുപൊള്ളുന്ന ഒരു രാപ്പനിപോലെ ജീവിതം തന്നിലേക്കിരച്ചുകയറുന്നുവെന്നും തിരിച്ചറിഞ്ഞുകഴിഞ്ഞാൽ പിന്നീടയാൾക്ക് പൊറുതിയില്ല. തണുത്തുറഞ്ഞ, ഉറച്ചവ്യവസ്ഥകൾ, കുടുംബങ്ങൾ, നീതികൾ ഇവയെല്ലാം അകത്തുരുകിത്തിളയ്ക്കുന്ന വികാരദ്രവത്തിന്റെ പാടകൾ മാത്രമായി ദുർബലമായിത്തീരുന്നു. അയാൾക്കിപ്പോൾ ചെറിയ ചെറിയ ഭൂകമ്പങ്ങളുടെ കാരണമറിയാം കാര്യകാരണങ്ങളുടെ മറ്റൊരു യുക്തിയിൽ ജീവിക്കുന്ന വേലായുധനെയും അറിയാം. ഒന്നു തൊടുന്നതാണ്, നിങ്ങൾ പെരുപ്പിച്ചു പറയുന്ന സായൂജ്യം എന്ന, സ്നേഹത്തിന്റെ തത്ത്വശാസ്ത്രവും അറിയാം.

അടിയരുകളെക്കുറിച്ചുള്ള താൽപര്യം എം ടിക്ക് എന്നും ഉണ്ടായിരുന്നു. പരിത്യക്തരും മന്ദബുദ്ധികളും കാത്തുപോരുന്ന ജീവിതത്തിന്റെ നനവിനെ കുറിച്ച് മനസ്സിന്റെ ശില്പഘടനയാണ് വീടുകളുടേയും എന്നതുകൊണ്ട് അകത്തളങ്ങളിലും കുട്ട്യേടത്തിയിലും ഇതുകാണാം. പെണ്ണുങ്ങളുടെ കഥ പറയുമ്പോൾ ആണുങ്ങൾ മറന്നുപോയ ആത്മകഥ ഓർക്കുകയാവാം. കുട്ടത്ത മാസ്റ്റർക്കും അലുത്ത ഒരു മനസ്സുണ്ടെന്ന് വാനപ്രസ്ഥകാലത്താണല്ലോ തിരിച്ചറിയുന്നത്. കണ്ണാടി കാണുന്ന കുട്ടിയെപ്പോലെ ഇതാരുടെ മുഖമാണ് എന്ന അമ്പരപ്പ് ചിരപരിചയത്തിന്റെ

ഒഴുക്കുകൾ മുറിച്ചുപോകുന്ന ഈ വിസ്മയം നഷ്ടപ്പെടാതിരിക്കാൻ എം ടിക്ക് കഴിയണം. നിത്യസംഭവങ്ങൾ ചരിത്രസംഭവങ്ങൾ തന്നെയായി ത്തീരും പോലെ ജീവചരിത്രത്തെ ചരിത്രമാക്കിയുയർത്തുവാൻ കഴിഞ്ഞ ഒരു അസുരവിത്ത് എം ടിയുടെ കൈയ്യിലുണ്ടല്ലോ. കന്നിക്കൊയ്ത്ത് പാടത്ത് കാലേ വിളഞ്ഞുനിൽക്കുന്ന വരിനെല്ല്. വിളഞ്ഞ വിത്ത്.

ഇടഞ്ഞും പറന്നും ഇഴഞ്ഞും ഊളിയിട്ടും നീങ്ങുന്ന ഈ ബഹുജീവി തമാണ് ഒരു കലാകാരന്റെ യഥാർത്ഥമായ വ്യത്യസ്തത. അതുകൊണ്ട് അയാൾ ഒരു ജനതയുടേയും കാലത്തിന്റെയും മറന്നുപോയ ഓർമ്മയാ യിത്തീരുന്നു. അംഗീകരിക്കപ്പെട്ടപ്പോൾ ജനങ്ങൾക്കിതുമനസ്സിലായിക്ക ഴിഞ്ഞു എന്നർത്ഥം. ഇതൊരു ചാരിതാർത്ഥ്യം മാത്രമല്ല, മുന്നറിയിപ്പും കൂടിയായിത്തീരും.ശ്രദ്ധയോടെ ബീഡിവലിക്കുന്ന ഒരാൾക്ക് ഈ ശ്രദ്ധ തന്നെയാണ് പ്രാണൻ എന്നറിയാതിരിക്കില്ല.

അങ്ങനെയാണ് ഉച്ചക്കാനം എന്ന ഒരു വാക്കെടുത്തു ചുണ്ടിൽ ചേർത്ത് എം ടി ബീഡിക്ക് തീകൊളുത്തുന്നത്. അധ്യാപകനെപ്പോ ലെയോ ന്യായാധിപനെപ്പോലെയോ അല്ല എഴുത്തുകാരൻ അനുഭവ ങ്ങൾക്ക് മാർക്കിടുന്നത്. പുകയായി ചാരമായി ഹരമായി ഓർമ്മയാ യിത്തീരുന്ന ഒരു സാധനമാണ് അയാൾക്ക് അനുഭവം. ഉച്ചക്കാനം ഉണ്ടവനു മയക്കവും യക്ഷിക്ക് നടത്തവും. കുട്ടികൾക്ക് അലയാൻ മാവിൻചോട്ടും ആയമ്മയ്ക്കു സിനിമാക്കാരുടെ ചിത്രങ്ങൾ പരതാൻ സിനിമാപുസ്തകവും തുറക്കുന്ന നേരം. കാലം സ്തംഭിച്ച് ആശാന്റെ നളിനി മരിച്ചതും സാഗര ഗീതക്കാരന്റെ മനസ്സ് സ്വപ്നാക്രാന്തമായതും ഈ നേരത്താണ്.അതുകൊണ്ടാണ് എഴുത്തുകാരൻ വാക്കുകളെ അർത്ഥ ത്തിന്റെ തലങ്ങളിലേക്ക് വിരട്ടിയോടിക്കുന്നു എന്നു പറയുന്നത്. അയാൾ സംഭവങ്ങളെ അനുഭവങ്ങളിലേക്ക് തിരിച്ചുനിർത്തുന്നു. ഉണങ്ങിയ ഉടുപ്പു കളിൽ നിന്നു തളരുന്ന പച്ചകളിലേക്ക് ജീവിക്കുന്ന മനുഷ്യനിലേക്ക് മനുഷ്യരെ തിരിച്ചെത്തിക്കുന്നു.

വൈലോപ്പിള്ളി

ഞാൻ വൈലോപ്പിള്ളിയെ ആദ്യമായി കാണുന്നത് 'കേരളപത്രിക' വാരികയുടെ ആപ്പീസിൽ വെച്ചായിരുന്നു. അന്ന് കൊച്ചിയിൽ നിന്നും പുറപ്പെട്ടുകൊണ്ടിരുന്ന രണ്ടു പത്രങ്ങളാണ് 'ദീപവും', 'ഗോമതിയും'. തോമസ് സ്കറിയയുടെ ദീപം എറണാകുളം നോർത്തിലായിരുന്നു. അന്നൊക്കെ തീയേറ്ററിൽ സെക്കന്റ് ഷോയ്ക്ക് പോയാൽ നാളത്തെ ഗോമതി പത്രം കിട്ടുമായിരുന്നു. "നാളത്തെ ഗോമതി നാളത്തെ ഗോമതി" എന്ന് വിളിച്ചുപറഞ്ഞ് കുട്ടികൾ തീയേറ്ററിൽ അങ്ങോട്ടുമിങ്ങോട്ടും നടക്കും. കേരളപത്രിക, ദീപം പത്രം വിലയ്ക്കു വാങ്ങി. ഈ കേരള പത്രികയിൽ 1948-ൽ എറണാകുളം മഹാരാജാസ് കോളജിൽ പഠിക്കുമ്പോൾ ഞാൻ കോളം എഴുതിയിരുന്നു. കത്തുകളുടെ രൂപത്തിലായിരുന്ന അത്. സയൻസും ഫിലോസഫിയും ആയിരുന്നു വിഷയം. ഫ്രോയ്ഡിനെക്കുറിച്ചുള്ള എന്റെ എട്ടു ലേഖനങ്ങൾ വന്നത് അതിലാണ്.

കേരളപത്രിക അന്ന് എഡിറ്റു ചെയ്തിരുന്നത് എം.എം. ലോറൻസിന്റെ ജ്യേഷ്ഠൻ എബ്രഹാം മാടമാക്കൽ ആണ്. എബ്രഹാമിന്റെ അനിയൻ എന്ന രീതിയിലാണ് പതിനഞ്ചുവയസ്സുള്ളപ്പോൾ ഞാൻ എം.എം. ലോറൻസിനെ പരിചയപ്പെട്ടത്.

വൈലോപ്പിള്ളി അന്ന് രാമവർമ്മ ഹൈസ്കൂളിൽ അധ്യാപകനാണ്. കലൂരാണ് വൈലോപ്പിള്ളിത്തറവാട്. കലൂരിലെ മലമ്പറമ്പിലാണ് അന്ന് തോട്ടികൾ മലം തട്ടിയിരുന്നത്. ഈ മലമ്പറമ്പിന് ഏതാനും ദൂരം അപ്പുറത്താണ് വൈലോപ്പിള്ളിയുടെ തറവാട്. അന്ന് നല്ല റോഡുകളില്ല. ബ്രോഡ്‌വേയും ചിറ്റൂർ റോഡും മാത്രമേ ഉള്ളൂ. എം.ജി.റോഡില്ല. ഇതിലൂടെ വണ്ടികളിൽ മലം വലിച്ചുകൊണ്ടുവന്ന് തോട്ടികൾ മലമ്പറമ്പിൽ തട്ടും. ആളുകൾ പലരും അതുവഴി നടന്നിരുന്നില്ല. അത്രയ്ക്ക്

വൃത്തികേടായിരുന്നു അവിടെ.

തോട്ടിക്ക് ഒരു രാഷ്ട്രീയമായ അർത്ഥം അന്ന് കൈവന്നിരുന്നു. ഗാന്ധിജി ഹരിജനിൽ തോട്ടികളെ കുറിച്ച് എഴുതിയിരുന്നു. പണക്കാരന്റെ വേസ്റ്റ് തോട്ടി ചുമക്കുന്നു. ഒരു തോട്ടിയും സ്വന്തം മലം ചുമക്കുന്നില്ല എന്നാണ് ഗാന്ധിജി എഴുതിയത്. ഈ രാഷ്ട്രീയമായ ഉള്ളടക്കം കൊണ്ടാണ് നോവലുകൾക്കും കഥകൾക്കും പേരായി 'തോട്ടി' 'തോട്ടിയുടെ മകൻ' എന്നൊക്കെ വരുന്നത്.

തോട്ടി ഒരു സാംസ്കാരിക പ്രശ്നമാണ്. ആഹാരമാണ് മലമായി മാറുന്നത്. ഒരാൾ തന്റെ മലം ചുമക്കാൻ ബാധ്യസ്ഥനാണ് എന്നാണ് ഗാന്ധിജി പറഞ്ഞത്. രാഷ്ട്രീയത്തിലെ പല പദപ്രയോഗങ്ങളുടെയും അർത്ഥവും കരുത്തും ഗാന്ധിജി അറിഞ്ഞിരുന്നു. ക്രിപ്സ് മിഷനെക്കുറിച്ച് ഗാന്ധിജി എഴുതിയത് "പൂച്ച പുറത്ത് ചാടി'' എന്നാണ്. രാജഗോപാലാചാരിയും കാമരാജും തമ്മിലുള്ള വഴക്കിൽ "ക്ലിക്ക് എഗെയിൻസ്റ്റ് രാജാജി'' എന്നാണ് ഗാന്ധിജി ലേഖനം എഴുതിയത്. ഇന്ത്യൻ രാഷ്ട്രീയത്തിൽ ക്ലിക്ക് എന്ന വാക്ക് ആദ്യമായി പ്രയോഗിച്ചത് ഗാന്ധിജിയായിരുന്നു.

കേരള പത്രികക്ക് കവിത ചോദിക്കാനാണ് ഞാൻ വൈലോപ്പിള്ളിയുടെ തറവാട്ടിൽ പോകുന്നത്.

സന്ധ്യയായിരുന്നു. ഞാൻ ചെല്ലുമ്പോൾ വൈലോപ്പിള്ളി പിറ്റേദിവസം സ്കൂളിൽ കൊണ്ടുപോകേണ്ട മുണ്ട് കഞ്ഞിമുക്കി നീലം പിഴിയുന്നു. വീട്ടിൽ പെണ്ണുങ്ങളുണ്ട്. പെണ്ണുങ്ങളെക്കൊണ്ട് ചെയ്യിക്കില്ല. താൻ ചെയ്യേണ്ട കാര്യങ്ങൾ താൻതന്നെ ചെയ്യണം എന്ന് നിർബന്ധമായിരുന്നു. വീട്ടിൽ അതിഥികൾ വരുമ്പോൾ താൻ ചെയ്തുകൊണ്ടിരിക്കുന്ന ജോലി പൂർത്തിയായിട്ടേ അതിഥികളുടെ അടുത്തേയ്ക്ക് വരികയുള്ളൂ.

വൈലോപ്പിള്ളിയുടെ ജോലിക്കുശേഷം ഞങ്ങൾ സ്വീകരണമുറിയിലിരുന്ന് സംസാരിച്ചു. കേരള പത്രികക്ക് സ്പെഷ്യലിന് നൽകാൻ പുതിയ കവിതയില്ല, ടാഗോറിന്റെ ലോകനേതാവ് എന്ന കവിത തർജമ ചെയ്ത് തരാമെന്ന് പറഞ്ഞു. ഒരു കസേരയിൽ കാലുകൾ കയറ്റിവെച്ചുകൊണ്ടാണ് അദ്ദേഹം ഇരുന്നിരുന്നത്. കഴുത്തിലൂടെ ഒരു ചരടിട്ട് വലിച്ച് അങ്ങോട്ടുമിങ്ങോട്ടും ആടിക്കൊണ്ടിരുന്നു. വൈലോപ്പിള്ളി ഒരിക്കലും മുഖത്ത് നോക്കി സംസാരിക്കില്ല. വശങ്ങളിലേക്ക് നോക്കിയാണ് സംസാരം. അദ്ദേഹം സ്ത്രൈണ പ്രകൃതിയാണ് എന്ന് ചിലർ പറയുന്നത് ശരിയാണെന്ന് തോന്നുന്നില്ല. ദിവസേന വ്യായാമമെടുത്ത് മസിലുകളുള്ള ശരീര പ്രകൃതിയായിരുന്നു. നല്ല ശബ്ദമില്ല. കവിത ചൊല്ലുന്നത് മഹാബോറായിരുന്നു.

വൈലോപ്പിള്ളി delayed action-ന്റെ ആളായിരുന്നു. ചേറ്റുപുഴ ബസ് ദുരന്തം കഴിഞ്ഞ് ഒരു കൊല്ലം കഴിഞ്ഞാണ് അദ്ദേഹം 'ചേറ്റുപുഴ' എന്ന കവിത എഴുതിയത്. "ജീർണത ചേറ്റിൽ താഴുന്നു, പുഴ പൂർണ്ണത തേടിപോകുന്നു'' എന്നെഴുതാൻ ബസ് ദുരന്തം നടന്ന ഉടനെ കഴിയില്ല.

ഉദാഹരണമായി ഒരു പ്രൊഫസറുണ്ട്. എന്റെ ഒരു ശിഷ്യൻ ഒരു സ്വഭാവ സർട്ടിഫിക്കറ്റിനായി പ്രൊഫസറുടെ അടുത്തുപോയി. ആദ്യം പ്രൊഫസറെ മുറിക്കുള്ളിൽ കണ്ടില്ല. കുറെ അന്വേഷിച്ചപ്പോൾ ഒരു മേശക്കടിയിൽ അദ്ദേഹം എന്തോ പരതുന്നതായി കാണപ്പെട്ടു. ഒരു ഡോൾപെന്നിന്റെ റീഫിലിനുവേണ്ടിയായിരുന്നു തിരച്ചിൽ. ശിഷ്യൻ ഒരു 45 മിനിട്ടോളം തിരച്ചിൽ നോക്കിനിന്നു. വളരെ അത്യാവശ്യമായി സർട്ടിഫിക്കറ്റ് വേണ്ടതുകൊണ്ട് അദ്ദേഹം ചൂടായിക്കൊണ്ടിരുന്നു. പിന്നീട് റീഫിൽ കിട്ടിയപ്പോൾ 'കിട്ടിപ്പോയി' എന്നുച്ചരിച്ച് വളരെ ശാന്തനായി പ്രൊഫസർ പുറത്തുവന്നു.

വൈലോപ്പിള്ളി ഏറെക്കുറെ ഈ പ്രൊഫസറുടെ ശൈലിയുടെ ഉടമയായിരുന്നു. മാമ്പഴമെഴുതുന്നത് കുട്ടി മരിച്ച് മാമ്പഴം പാകമായി കുട്ടിയുടെ കുഴിമാടത്തിൽ അമ്മ നേദിക്കുമ്പോഴാണ്. അത് വൈലോപ്പിള്ളിയുടെ വഴിയാണ്.

'ലോകനേതാവ്' എന്ന കവിത വാങ്ങുവാൻ വേണ്ടി പോകുമ്പോൾ ചൂളമടിച്ച് കാക്കയെ വരുത്തുന്നത് എങ്ങനെയെന്ന് വൈലോപ്പിള്ളി കാട്ടിത്തന്നു. കാക്ക ഇപ്പോൾ വരുമെന്ന് പറഞ്ഞ് വൈലോപ്പിള്ളി ചൂളമടിച്ചു. ആദ്യം ഒരു കാക്ക പ്രത്യക്ഷപ്പെട്ടു. രണ്ടാമനായി അടുത്ത കാക്കയും വന്നു.

കാക്ക വൈലോപ്പിള്ളിയുടെ പ്രിയപ്പെട്ട പക്ഷിയായിരുന്നു. കാക്കയെക്കുറിച്ചുള്ള എല്ലാ തിന്മകളും വൈലോപ്പിള്ളി സ്വന്തം കവിതയിൽ നന്മയാക്കി മാറ്റി. വൈലോപ്പിള്ളി എപ്പോഴും സംശയിച്ചുകൊണ്ടിരുന്ന ആളാണ്. വിശ്വാസത്തിനപ്പുറത്ത് മറ്റെന്തെങ്കിലുമുണ്ടോ എന്നദ്ദേഹം എപ്പോഴും അന്വേഷിച്ചുകൊണ്ടിരുന്നു. കണ്ടവരുടെ ചോറ് വാങ്ങിത്തിന്നരുതെന്ന് പറഞ്ഞ അമ്മാവൻ തോണിക്കാരുടെ കൂടെ പോയി അവരുടെ മീൻ കറി കൂട്ടിതിന്നുന്നതിനെപ്പറ്റി വൈലോപ്പിള്ളി പറഞ്ഞിട്ടുണ്ട്. വിഷുവിന് കണികാണുന്നതിന് കണ്ണുപൊത്തുന്നത് എന്തിനാണെന്ന് അന്വേഷിച്ച ആളാണ് വൈലോപ്പിള്ളി. കണി കാണിക്കാൻ കൊണ്ടുപോവുന്നതിനിടയിൽ ഇടക്ക് കണ്ണു തുറന്നപ്പോൾ കണ്ടത് ഇരുട്ട്. സംസ്കാരമെന്നത് ഒറിജിനലായ ഒരു ചതിയാണെന്നാണ് വൈലോപ്പിള്ളിയുടെ ദർശനം.

വൈലോപ്പിള്ളി ഗുണവും ദോഷവും പറയും. മഹാകവി പി. കുഞ്ഞിരാമൻ നായരുള്ള സദസ്സിൽ വൈലോപ്പിള്ളി വായിച്ചത് കുഞ്ഞിരാമൻ എന്ന കുരങ്ങിനെ കുറിച്ചുള്ള കവിതയാണ്. മിണ്ടാതെ വന്ന് അദ്ദേഹമത് വായിച്ചിട്ടുപോയി. എന്തോ കുഞ്ഞിരാമൻനായർക്കും അത് ഇഷ്ടമായി.

വൈലോപ്പിള്ളിയുടെ കുടുംബജീവിതം താളപ്പിഴകളുള്ളതുതന്നെ. വളരെ പ്രായമായിട്ടാണ് ആ വിവാഹം. ഭാനുമതിക്കും പ്രായമുണ്ടായിരുന്നു. അവർ വളരെ തന്റേടമുള്ള സ്ത്രീയാണ്. അവരുടെ പ്രവർത്തനങ്ങളിൽ പലപ്പോഴും തികഞ്ഞ പാരുഷ്യമുണ്ടായിരുന്നുവെന്ന് പറയാം.

വൈലോപ്പിള്ളി പിശുക്കനായിരുന്നു. പത്തു പിച്ചക്കാർ വരുമ്പോൾ ആട്ടിയോടിച്ചിട്ട് പതിനൊന്നാമത്തെ ആളിന് 100 രൂപ കൊടുക്കുന്ന പിശുക്കൻ. പിശുക്കന്മാർ കൊടുക്കുമ്പോൾ ഏറെ കൊടുക്കും. വൈലോപ്പിള്ളിയുടെ ഔദാര്യം ഏറ്റുവാങ്ങിയ ഒരുപാട് വിദ്യാർത്ഥികളും അധ്യാപകരുമുണ്ട്. അങ്ങനെയാണ് വൈലോപ്പിള്ളിയെക്കുറിച്ച് രണ്ടഭിപ്രായങ്ങൾ ഉണ്ടായത്. ഒരു കൂട്ടർ അദ്ദേഹം പിശുക്കനാണെന്ന് വാദിക്കുമ്പോൾ മറ്റൊരു കൂട്ടർ അദ്ദേഹത്തിന്റെ മഹാമനസ്കതയെ പുകഴ്ത്തുന്നു.

വൈലോപ്പിള്ളിയുടെ കണിശം വിഖ്യാതമാണ്. 'കയ്പവല്ലരി' എന്ന അദ്ദേഹത്തിന്റെ പുസ്തകം പ്രസിദ്ധീകരിച്ചത് കറന്റ് തോമസ് ആണ്. അതിന്റെ കവർ ഡിസൈൻ ചെയ്തത് വൈലോപ്പിള്ളി തന്നെയായിരുന്നു. താൻ വലിയ വരക്കാരനാണെന്ന് വൈലോപ്പിള്ളി അവകാശപ്പെട്ടിരുന്നു. എന്നാൽ അദ്ദേഹത്തിന് വരക്കാൻ അറിയുമായിരുന്നില്ല എന്നാണ് എനിക്കു തോന്നുന്നത്. അന്നത്തെ നിരക്കിൽ കയ്പവല്ലരിക്ക് 4 രൂപ 75 പൈസ മാത്രമേ വിലയിടാൻ പാടുള്ളൂ. കറന്റ് തോമസ് ആകട്ടെ 5 രൂപ വിലയിട്ടു. 5 രൂപ വിലയിട്ടാൽ പുസ്തകം താൻ അടിക്കേണ്ടതില്ല എന്നാണ് വൈലോപ്പിള്ളി പറഞ്ഞത്. കണക്കിൽ ഒത്തുതീർപ്പ് എന്നത് വൈലോപ്പിള്ളിക്കറിയാമായിരുന്നു. ജീവിതത്തിൽ Compromise എന്ന വാക്കിന്റെ അർത്ഥം അദ്ദേഹത്തിന് അറിയാമായിരുന്നില്ല.

ചീത്ത പറഞ്ഞ് നിരവധി ആളുകളെ വൈലോപ്പിള്ളി ഓടിച്ചിട്ടുണ്ട്. എന്നെ ഇരുത്തി അദ്ദേഹം രണ്ടര മണിക്കൂർ ചീത്ത പറഞ്ഞിട്ടുണ്ട്. ഞാൻ വാച്ച് നോക്കി സമയം കൃത്യമായി അളന്നതാണ്. അതിന് രണ്ട് കേൾവിക്കാരുണ്ടായിരുന്നു. 'സ്നേഹാധികാര ശകാരഘോഷം.' അധികാരമുള്ളതുകൊണ്ട് ശകാരിക്കുന്നു എന്നതായിരുന്നു വൈലോപ്പിള്ളിയുടെ മതം. ചീത്ത പറയുന്നതിൽ പ്രത്യേക പശ്ചാത്താപമൊന്നും ഉണ്ടായിരുന്നില്ല. ശകാരം തിരിച്ചുകൊടുത്താൽ മിണ്ടാതെ വാങ്ങും.

ജീവിതത്തിന്റെ പ്രത്യേകതകൊണ്ട് പലതും തുറന്നു പറയാൻ കഴിയാത്ത അവസ്ഥയിലായിരുന്നു കവി. അദ്ദേഹം മാഷായിരുന്നു; സർക്കാർ ഉദ്യോഗസ്ഥനായിരുന്നു. ക്ലാസ്സിൽ പറയാൻ പാടുള്ളതേ കവിതയിൽ പറയാൻ പാടുള്ളൂ. ചങ്ങമ്പുഴക്ക് ഈ തടസ്സം ഉണ്ടായിരുന്നില്ല. കോളജ് അധ്യാപകനാവാൻ അപേക്ഷ അയച്ച ആളാണ് ചങ്ങമ്പുഴ. അദ്ദേഹം അധ്യാപകനായിരുന്നുവെങ്കിൽ ഇന്നത്തെ ചങ്ങമ്പുഴ ആകുമായിരുന്നില്ല.

വൈലോപ്പിള്ളി എഴുതിയതൊക്കെ തീർത്തും ആന്തരികമായിട്ടായിരുന്നു. നിഗൂഢമായ എന്തൊക്കെയോ സമസ്യകൾ അദ്ദേഹത്തിന്റെ എഴുത്തിനെ വലംവച്ചുകൊണ്ടിരുന്നു. അദ്ദേഹം കമ്മ്യൂണിസ്റ്റ് പ്രസ്ഥാനത്തിലും സ്വാതന്ത്ര്യ പ്രസ്ഥാനത്തിലും പങ്കെടുത്തില്ല. എന്നാൽ അദ്ദേഹം രണ്ടിലും ഉണ്ടായിരുന്നു. He was not a swimmer but a diver. അദ്ദേഹം ചങ്ങമ്പുഴ നീന്തിയതുപോലെ വെള്ളമടിപ്പിച്ച് നുര പറപ്പിച്ച് നീന്തിയില്ല. വെള്ളത്തിന്റെ അടിത്തട്ടിലൂടെയായിരുന്നു അദ്ദേഹത്തിന്റെ യാത്ര. ഒരു പഴഞ്ചൻ സൈക്കിളിൽ കല്ലൂരായ കല്ലൂരൊക്കെ അദ്ദേഹം സഞ്ചരിച്ചു. അദ്ദേഹം എപ്പോഴും ഉരുമ്മി നടക്കുകയും പതുങ്ങി നിൽക്കുകയും ചെയ്യുന്നു. ഈ ആന്തരികതയാണ് വൈലോപ്പിള്ളിയുടെ കരുത്ത്. അതുകൊണ്ടാണ് തിരിച്ചറിയാത്ത നിമിഷത്തിൽ മലയാളിയുടെ മനസ്സിലേക്ക് അദ്ദേഹം കിനിഞ്ഞിറങ്ങുന്നത്.

ഫെബ്രുവരി 2001

വൈലോപ്പിള്ളിക്കവിതയിലെ താളക്രമം

"നിങ്ങൾ താനവർ ഇന്നത്തെപ്പാട്ടിൽ
നിന്നു ഭിന്നമല്ലന്നെഴും ഗാനം"

ഈ പാണന്മാരുടെ വർഗ്ഗം, എഴുത്തിന്റെയും ശബ്ദത്തിന്റെയും അർത്ഥത്തിന്റെയും ആവർത്തനം, ജീവിതം ഒരു ആവർത്തന കൃഷിയാണ് എന്ന ബോധം വൈലോപ്പിള്ളിക്ക് ജീവിതം പഠിച്ചുതീർന്ന പാഠം ആക്കിത്തീർക്കുന്നുണ്ട്. അതിനെ ഒരുപക്ഷേ കാവ്യപ്രസ്ഥാനങ്ങളുടെ രീതിയിൽ ഒരു ക്ലാസ്സിക് പാരമ്പര്യം എന്നു പറയാം. ജീവിതം ഉച്ഛിഷ്ടമാണ് എന്നുള്ളൊരു സിദ്ധാന്തം ചരിത്രം വൃത്താകാരമാണ് എന്നുള്ള ഒരു വാദം, സത്യങ്ങൾ ആവർത്തിക്കപ്പെടുന്നു എന്നുള്ള ഒരു ബോധം- ഇങ്ങനെ പഠിച്ചുതീർന്ന പാഠങ്ങൾ പാടിക്കൊണ്ടിരിക്കുന്ന ഒരു പുലവനാണ്, ഒരു പുള്ളുവനാണ് താൻ എന്നത് വൈലോപ്പിള്ളിയുടെ സ്ഥായിയായ മനോഭാവമാണ്. ഈ ഒരു മനോഭാവം അദ്ദേഹത്തെ സംഭവങ്ങളെ ഒരു വൃത്തത്തിന്റെ കണങ്ങളായി കാണാൻ പ്രേരിപ്പിക്കുന്നുണ്ട്. അനേകം ബിന്ദുക്കൾ ചേർന്നുണ്ടാക്കിയ ഒരു വൃത്തം ഒരു ശൈഥില്യമല്ല ഒരു ഘടനയാണ് എന്നും ഈ ഘടനയെ ഉദ്ദീപിപ്പിച്ചുകൊണ്ടിരിക്കുന്ന കവിയാണ് താൻ എന്നുമുള്ള ഒരു നൈരന്തര്യബോധം വൈലോപ്പിള്ളിയുടെ കവിതയിലുണ്ട്. അതുകൊണ്ട് അദ്ദേഹം ഒരു കാലത്തിൽ മാത്രമല്ല മൂന്ന് കാലത്തിലും ജീവിക്കുന്നു, എല്ലാ ഭൂഖണ്ഡങ്ങളിലും ജീവിക്കുന്നു; ഓണപ്പാട്ടുകാരൻ പറയുന്നതുപോലെ. ആവർത്തിക്കപ്പെടുന്നതും വ്യാപിച്ചുകൊണ്ടിരിക്കുന്നതുമായ ഒരു സംസ്കാരത്തിന്റെ ഗായകനാണ് താൻ എന്നുള്ള ഒരു ബോധം വൈലോപ്പിള്ളിയിലുണ്ട്. ഇങ്ങനെ പഠിച്ചപാഠത്തിൽനിന്ന്

മാത്രം കവിതയെഴുതുന്ന ഒരാൾ ഒരു യാഥാസ്ഥിതിക കവിയാകാം. അതാണല്ലോ വാക്കിന്റെ അർത്ഥം. പക്ഷേ ഈ പാഠങ്ങളിൽനിന്നും വൈലോപ്പിള്ളി സംശയങ്ങൾ ചോദിക്കുകയും സംശയങ്ങൾ ഉണ്ടാക്കുകയും പാഠങ്ങളുടെ മറുപുറത്തെന്താണ് എന്ന് പരതിനോക്കുകയും ചെയ്യുന്നുണ്ട്- ചോദ്യം ചോദിക്കുന്ന ഒരു കുട്ടിയെപ്പോലെ.

ഒരുപക്ഷേ ഒരു കേശവൻകുട്ടിയെപ്പോലെ എന്നുവേണമെങ്കിൽ പറയാം. എഴുന്നേറ്റുനിന്ന് ചോദ്യങ്ങൾ ചോദിക്കുന്ന ഒരു കുട്ടിയെപ്പോലെ ഒരു സ്ഥായിയിൽനിന്ന്, ഒരു വർഗ്ഗത്തിൽനിന്ന്, ഒരു ക്ലാസ്സിൽനിന്ന് എഴുന്നേറ്റ് നിന്ന്, ഒരു മധ്യവർഗത്തിൽനിന്ന് എഴുന്നേറ്റുനിന്ന് ചോദ്യം ചോദിക്കുന്ന ഒരാൾ, ഒരു ക്ലാസ്സിൽ എഴുന്നേറ്റുനിന്ന് ചോദ്യം ചോദിക്കുന്ന ഒരു കുട്ടി. ഇങ്ങനെ ചോദിക്കുമ്പോൾ ക്ലാസ് ക്ലാസല്ലാതായിത്തീരുന്നു എന്നും പറയാം. ഒരു ക്ലാസ് ക്ലാസായിത്തീരുന്നു എന്നും പറയാം. രണ്ടും ഒരുപോലെ ശരിയാണ്.

ഇങ്ങനെ ചോദ്യം ചോദിക്കുമ്പോൾ, സംശയം ഉന്നയിക്കുമ്പോൾ അദ്ദേഹം സ്ഥായിയിൽ ഒരു ജീവനുണ്ടാക്കുന്നു എന്ന് സംഗീതക്കാർ പറയാറുണ്ട്. 'ജീവസ്ഥായികൾ യഥാപൂർവം വിന്യസിച്ച് അതിൽതന്നെ സാക്ഷിയായിരുന്നു നീ' എന്നുള്ള വരിയിൽ ഒരു ദുഃസ്ഥിതി കാണുകയും വിഷുക്കണിയിൽ ഒരു കെണി കാണുകയും ചെയ്യുന്ന കവി എന്നുപറയാം. വിഷു വളരെ നല്ലതാണെന്ന് മാത്രമല്ല വിഷുവിനെന്തൊരു മഞ്ഞ എന്നു പറഞ്ഞുകൊണ്ടേയിരുന്ന കവിയാണ് വൈലോപ്പിള്ളി. പക്ഷേ, ഈ കാഴ്ച ഒരു കണ്ണുവെട്ടാണ് എന്നും അല്ലെങ്കിൽ ഒരു കൺകെട്ടാണ് എന്നും ഇതൊരു സംസ്കാരത്തിന്റെയും വ്യവസ്ഥയുടെയും കൺകെട്ടാണ് എന്നും ചുറ്റുമുള്ള ഇരുട്ടിനെ തിരസ്കരിക്കാനും മുമ്പിലുള്ള ഇത്തിരിവട്ടത്തിലുള്ള വെളിച്ചത്തെ കാണിക്കാനും ഉള്ള ഒരു വൃദ്ധവിദ്യയാണ് എന്നും വൈലോപ്പിള്ളി വിഷുക്കണിയിൽ പറയുന്നുണ്ട്.

അതുകൊണ്ട് കണ്ണുപൊത്തി കണ്ണുപൊത്തി ഇടനാഴിയിൽകൂടി കൊണ്ടുചെന്നിട്ട് ഇതാ ഇരിക്കുന്നു പൊൻവെളിച്ചം എന്നു കാണിക്കുന്ന ഒരു വ്യാജസംസ്കാരത്തിന്റെ അടയാളമായിട്ട് വിഷുക്കണി രൂപാന്തരപ്പെടുന്നു എന്ന് നാമറിയുന്നു. കണ്ണുപൊത്തി തന്നെയാണ് പോകുന്നത്. കാണാപ്പാഠമാണ് പഠിക്കുന്നത്. കാണാപ്പാഠം പഠിച്ച ഒരു കുട്ടിയെപ്പോലെ, കാണാപ്പാഠം പഠിച്ച് വീട്ടിലിരിക്കുമ്പോൾ കാണാപ്പാഠം പഠിച്ചതിൽ എന്തൊക്കെയോ തെറ്റുണ്ട് എന്നുള്ളൊരു സംശയം തോന്നുക. ഈ സംശയം അതിന്റെ ജീവനായിത്തീരുന്നു; അതിന്റെ ചൈതന്യം ആയിത്തീരുന്നു.

അതുകൊണ്ട് അദ്ദേഹം വഴിക്കുവെച്ച് ഒരു സംശയം, ഒരു സംശയത്തിന്റെ കണ്ണേറ് നടത്തുകയും ഇടനാഴികയിലേക്ക് ഇടംകണ്ണിട്ട് നോക്കുകയും ഇടംകണ്ണിട്ട് നോക്കുമ്പോൾ ചുറ്റുമിരുട്ടാണ് എന്ന് മനസ്സിലാക്കുകയും ചെയ്യുന്നു. ഈ ഇരുട്ടും വെളിച്ചവും തമ്മിലുള്ള കളിയെക്കുറിച്ച് വൈലോപ്പിള്ളി ഇടക്ക് പറയുമായിരുന്നു. ഈ ഇരുട്ടും വെളിച്ചവും എന്ന രണ്ട് പദങ്ങളിൽ നിർവചിക്കപ്പെടുന്ന ജീവിതത്തിന്റെ പുണ്യം പാപം എന്ന്, നല്ലത് ചീത്ത എന്ന് പലതരത്തിൽ വ്യവഹരിക്കപ്പെടുന്ന ജീവിത വിഭജനത്തിന്റെ യാഥാർത്ഥ്യത്തെക്കുറിച്ചുള്ള അന്വേഷണം വൈലോപ്പിള്ളിക്കവിതയുടെ സ്ഥായിയും ജീവനുമായിത്തുടരുന്നുണ്ട് എന്ന് നാം പിന്നീട് മനസ്സിലാക്കുന്നുണ്ട്. ഇത് അദ്ദേഹത്തിൽ ഒരു സംശയം, എല്ലാറ്റിനെക്കുറിച്ചുമുള്ള സംശയം ഉണ്ടാക്കിത്തീർക്കുന്നു. ഇത് തന്റെ കുടുംബത്തെക്കുറിച്ചുള്ള സംശയം ആകാം, ഇത് തന്റെ വലിയ കുടുംബത്തെ- മനുഷ്യ കുടുംബത്തെ- സംബന്ധിച്ച സംശയം ആകാം. ഇത് ശാസനയെക്കുറിച്ചുള്ള സംശയമാകാം. അമ്മാവന്റെ കൽപനയെ സംബന്ധിച്ച സംശയം ആകാം. ശുദ്ധാശുദ്ധ വിധിക്ക് തന്നെ വിധിച്ചിട്ട്, തന്റെ വയറ് പൊരിവയറാക്കിയിട്ട്, എറണാകുളത്തെ കടൽഭിത്തിയിലിരുന്ന് വിശന്ന് സാർവലൗകിക സാഹോദര്യം സ്വപ്നം കാണുന്ന ഒരു പയ്യനാക്കി തന്നെ മാറ്റിയത് അമ്മാവന്റെ ശുദ്ധാശുദ്ധ വിധിയാണ് എന്നറിയാം.

തൊട്ട് ഭക്ഷണം കഴിക്കരുത് എന്നുപറഞ്ഞതുകൊണ്ടാണ്, തൊട്ടു ഭക്ഷണം കഴിക്കാതെ വയറിൽ കൊക്കും കാക്കയും പറന്ന വൈലോപ്പിള്ളി അവിടത്തെ കടൽഭിത്തിയിലിരുന്നുകൊണ്ട് വിശപ്പുകൊണ്ട് മനുഷ്യൻ ഒന്നായിത്തീരുന്നു എന്നുള്ള പാഠം പഠിക്കുന്നത്. കടൽക്കാക്കയുടെ സഞ്ചാരരീതി- ശൂന്യതയിൽ നിന്ന് ഏകതയുടെ ബോധം ഉണ്ടായിത്തീരുന്നു എന്നുള്ള ബോധം. ഈ അമ്മാവനാണ് പെരുവള്ളത്തിലിരുന്ന് വള്ളക്കാർ കാണാതെ മീൻകറി കൂട്ടി കഴിക്കുന്നത് എന്നും അദ്ദേഹം പറഞ്ഞിട്ടുണ്ട്. കെട്ടുവള്ളത്തിൽ പോകുന്ന ഈ കാരണവർതന്നെയാണ്, ഈ ശുദ്ധാശുദ്ധ വിധി കൽപിക്കുന്ന കാരണവർ തന്നെയാണ്, കട്ടുഭുജിക്കുന്ന കാരണവർ എന്നും അദ്ദേഹം ഭുജിക്കുന്നത് അശുദ്ധമായ ഭക്ഷണമാണ് എന്നും അപ്പോൾ തന്നെ സംബന്ധിച്ച് അശുദ്ധിക്ക് പ്രസക്തിയില്ല എന്നുമുള്ള വ്യാജ സംസ്കാരത്തിന്റെ പരമ്പരയിൽ താനും എത്തിനിൽക്കുന്നു എന്നുള്ള ബോധം. ഈ ഒരു ബോധം ഒരുപക്ഷേ തുടർച്ചയായിട്ട് വൈലോപ്പിള്ളിയുടെ എല്ലാ സങ്കൽപങ്ങളിലും അതിന്റെ ജീവനായി ഉണ്ട്.

ഒരുപക്ഷേ ഒരു മുട്ടത്തോടിനെ സംശയിച്ചുകൊണ്ട്, ആ മുട്ട ത്തോടിനെ പിളർന്ന് കൊക്കുകൊണ്ട് പിളർന്ന് പുറത്തുവരുന്ന ഒരു കോഴിക്കുഞ്ഞിനെപ്പോലെ, ഒരു പക്ഷിക്കുഞ്ഞിനെപ്പോലെ, തന്നെ വലയംചെയ്യുന്ന വ്യവസ്ഥയെ തന്നെ വലയം ചെയ്യുന്ന തന്റെ രക്ഷയെ- അതാണല്ലോ ഒരു മുട്ടത്തോട്- അതിനെ ഭേദിക്കുമ്പോഴാണ് താൻ ജീവി ക്കുന്നത് എന്നും തന്റെ കൊക്കുകൾ കൊണ്ട് തന്റെ വാക്കുകൾകൊണ്ട് ഈ ഘടനയെ ഭേദിക്കുകയും പുറത്തുവന്ന് അദ്ദേഹം ഭ്രാന്തായി- അങ്ങ നെയാണല്ലോ അദ്ദേഹം പറഞ്ഞത്.

പത്രപട്ടമേന്തിടും ഭ്രാന്തിനെപ്പോലെ, ഒരു പുഴു, ഒരു പട്ടുനൂൽ പുഴു അതിന്റെ ധ്യാനാവസ്ഥയിലിരുന്ന് എപ്പോഴാണോ അതിന്റെ ധ്യാന ത്തിന്റെ കേന്ദ്രത്തെ അല്ലെങ്കിൽ അതിന്റെ ധ്യാനത്തിന്റെ ഗുഹയെ ഭേദിക്കുന്നത്; ഒരു വാല്മീകി, വാല്മീകിയായിത്തീരുന്നത് വല്മീകത്തെ ഭേദിക്കുമ്പോഴാണ് എന്നു പറയുന്നതുപോലെതന്നെ, ഒരു പട്ടുനൂൽപുഴു പട്ടുനൂൽ പുഴുവല്ലാതായിത്തീരുകയും ഒരു പൂമ്പാറ്റയായിതീരുകയും ചെയ്യുന്നത് അതിന്റെ തന്നെ ധ്യാനാവസ്ഥയെ ഭേദിക്കുമ്പോഴാണ് എന്ന് അദ്ദേഹം മറ്റൊരു കവിതയിൽ പറയുന്നുണ്ട് എന്ന് നാമോർക്കുന്നു. ഇതൊരു സാംസ്കാരിക പ്രവർത്തനമാണ്. ഒരു തരത്തിലുള്ള ഡീകൺ സ്ട്രക്ഷനാണ് എന്നുവേണമെങ്കിൽ പറയാം. താനിരിക്കുന്ന വ്യവസ്ഥയെ തകർക്കുകയും തകർത്ത് പുറത്തുവരികയും പുറത്തുവന്ന് ആകാശങ്ങളെ കീഴടക്കുകയും ചെയ്യുന്ന ഒരു പ്രവർത്തനം- അച്ചടക്കത്തിൽനിന്ന് അച്ചട ക്കമില്ലായ്മയിലേക്കുള്ള ഒരു ഉയർച്ച- വൈലോപ്പിള്ളിയുടെ കവിതയിൽ ഒരു താളക്രമമായിത്തീരുന്നുണ്ട്. ഒരു പക്ഷേ അദ്ദേഹത്തിന്റെ ഒരു ശൈലി- എന്നുപറഞ്ഞാൽ കവിതയുടെ ശൈലിയല്ല ജീവിതത്തിന്റെ ശൈലിതന്നെ അതായി എന്നുവരാം. അതുകൊണ്ട് അദ്ദേഹം എല്ലാ നന്മയെയും തിന്മയെയും സംശയിക്കുന്നുണ്ട്. അദ്ദേഹം തത്തയെ വളർത്തിയിരുന്നില്ല, കാക്കയെ വളർത്തിയിരുന്നു എന്ന് നമുക്കറി യാം. മുറ്റത്ത് മാവിന്റെ താഴെച്ചെന്നിരുന്ന് രണ്ട് ചൂളം വിളിച്ചാൽ രണ്ട് കാക്കകൾ പറന്നുവരും. പറന്നുവന്ന് ആ മാവിന്റെ കൊമ്പിലിരിക്കും. തത്തയെ അദ്ദേഹം അക്ഷരം പഠിപ്പിച്ചിരുന്നില്ല. കുട്ടികളെയാണ് അക്ഷരം പഠിപ്പിച്ചത്. കുട്ടികളാണ് നല്ല തത്തകൾ.

പക്ഷേ തത്തകളേക്കാൾ നല്ല തത്തകൾ കാക്കകളാണ് എന്നും അവർ കലമ്പിക്കൊണ്ട് സ്നേഹിക്കുന്നു എന്നും അവർ കറുത്തുകൊണ്ട് വെളുപ്പിക്കുന്നു എന്നുമുള്ള ഒരു ദ്വന്ദ്വാത്മക ബോധം വൈലോപ്പിള്ളിക്ക് നിരന്തരമായിട്ടുണ്ടായിരുന്നു. 'കൂരിരുട്ടിന്റെ കിടാത്തിയെന്നാൽ സൂര്യ പ്രകാശത്തിനുറ്റതോഴി'- എന്ന വരിയിൽ പറയുന്ന ഈ ആശയം,

ഇരുളും വെളിച്ചവും തമ്മിലുള്ള ഇണചേരലിന്റെ ആശയം തീർച്ചയായും നന്മയെ സംശയിക്കാൻ മാത്രമല്ല തിന്മയെ സംശയിക്കാനും അദ്ദേഹത്തെ പ്രേരിപ്പിക്കുന്നുണ്ട്. അതുകൊണ്ട് അദ്ദേഹം തന്നെ വിമർശിച്ചെഴുതുന്ന എല്ലാ നിരൂപണങ്ങളും വളരെ ശ്രദ്ധയോടെ വായിച്ചിരുന്നു എന്നുള്ളത് അറിയാതെ പറയാൻ കഴിയുന്ന ഒരു വാസ്തവമാണ്.

അതുകൊണ്ടാണ് അദ്ദേഹം ശകാരമെന്നുള്ളത് സ്നേഹിക്കാനുള്ള ഒരു വഴിയാണ് എന്ന് തെളിയിച്ചത്. ആട്ട് - ഫ എന്നാട്ടുന്നത് 'ഒരുഗ്രമാം ചുംബനമോ നീ കൂട്ടുകാരിയെ പുൽകിയുറങ്ങി' - അതാണ്. ചുണ്ടു കൂട്ടുന്നത് ചുംബിക്കാനാണ് എന്ന് ധരിക്കുന്നുണ്ടെങ്കിലും വാസ്തവത്തിൽ ഈ ആട്ട് - ഫ എന്ന് ആട്ടുന്നത് - ചുംബനത്തിന്റെയും ശകാരത്തിന്റെയും ലിപ് മൂവ്മെന്റ്സ് ഒരേ തരത്തിലുള്ളതാണ് എന്നറിയുകയും ഒരേറ്റത്ത് ചുംബനവും ഒരേറ്റത്ത് ആട്ടും അടങ്ങിയതാണ് ജീവിതം എന്നുള്ള ജീവിതത്തിന്റെ ധ്രുവാത്മകത മനസ്സിലാക്കുകയും ചെയ്യുന്ന ഒരു ജീവിതബോധം - അല്ലെങ്കിൽ ജീവിതത്തെക്കുറിച്ചുള്ള ഒരു തെറ്റിദ്ധാരണ എന്നും പറയാം - അദ്ദേഹത്തിന് എന്നും ഉണ്ടായിരുന്നു. അതുകൊണ്ട് വൈലോപ്പിള്ളി പണ്ടേ പറഞ്ഞുവെച്ചിട്ടുള്ളത് 'ആസ്തിക്യ ധന്യന്മാരാണന്തരാ സ്വതന്ത്രന്മാർ' എന്നാണ്. വിശ്വസിക്കുന്നവൻ സ്വതന്ത്രനായിത്തീരുന്നു എന്നദ്ദേഹം പറഞ്ഞിട്ടുണ്ട്. ചില സന്ദർഭങ്ങളിൽ ഉദ്ധരിക്കാൻ പറ്റിയ ഒരു വരി ആണിത്. ഒരു കാര്യത്തിൽ വിശ്വസിച്ചാൽ പിന്നെ ഒക്കെ അവിശ്വസിക്കാം എന്നുകൂടി അതിന് അർത്ഥമാകാം. ഇതൊരു വലിയ വിളംബരം ആണ്. പക്ഷേ,

'എങ്കിലുമെന്നാലെന്റെ ആത്മാവിൽ
സർവനിഷ്ഫലതയെച്ചൊല്ലിയുണ്ട് കയ്ച്ചൊരു തുള്ളി,
അതിനെ സൂക്ഷിപ്പു ഞാൻ, - ആരെന്റെ വിധികർത്താ-
വവനു നിവേദിപ്പാൻ, അവന് നിവേദിപ്പാൻ'

എന്ന 'അവസാനത്തെ അശ്രുബിന്ദു' എന്ന കവിതയെഴുതുമ്പോൾ അദ്ദേഹത്തിന് ദൈവത്തെക്കുറിച്ച് മറ്റൊരു സങ്കൽപമാണ് ഉള്ളത്.

ജീവിതത്തെ ഇങ്ങനെ കയ്പുള്ളതാക്കിത്തീർത്ത ദൈവത്തിന്റെ മുമ്പിൽ എനിക്കയാൾക്ക് സമർപ്പിക്കാനായി ഒരു ബിന്ദുവുണ്ട് എന്നും അത് കയ്ക്കുന്ന ബിന്ദുവാണ് എന്നും പറയുന്ന ഒരു ആസ്തിക്യബോധം അപ്പുറത്ത് വൈലോപ്പിള്ളിക്കുണ്ട് എന്നു നാം കാണുന്നു. ഈ സംശയം, ഈ ദ്വൈധീഭാവം അഥവാ ഈ വൈപരീത്യം ജീവിതത്തെ ജീവിതമാക്കിത്തീർക്കുന്ന ചൈതന്യമാണ് എന്നും നമുക്കറിയാം. ഇതിന് അദ്ദേഹം പലപ്പോഴും ഉപയോഗിക്കാറുള്ള ഒരു പദം 'എങ്കിൽ' എന്നാണ്. 'എങ്കിലെന്തേ കെട്ടുത്തി നീ ചെന്നാ പെൺകിടാവിനെ യാദർശവാനേ!'

അവിടെയൊരു എങ്കിൽ ഉണ്ട്. ഈ 'എങ്കിൽ' എന്നുള്ളത് ഒരു വലിയ ദാർശനിക സൂചകമാണ്, സംജ്ഞയാണ് എന്നുവേണമെങ്കിൽ പറയാം. എങ്കിൽ എന്നുള്ളത് ഒരു വലിയ സംശയം ആണ്. അത് ഉറപ്പുകളെക്കുറിച്ചുള്ള സംശയം ആണ്; അത് പാഠത്തെക്കുറിച്ചുള്ള പാഠഭേദമാണ്. തീർച്ചയായും ഇത്തരം ഒരു സംശയം 'എങ്കിൽ' കൊണ്ട് അടയാളപ്പെടുത്തുന്ന ഒരു സംശയം, വൈലോപ്പിള്ളിയുടെ കവിതയുടെ ഇടവേളകളിൽ പ്രത്യക്ഷപ്പെടുന്നതായി നാം കാണുന്നുണ്ട്. ആശാൻ ഇത്തരം സന്ദർഭങ്ങളിൽ ഉപയോഗിച്ചിരുന്നത് 'അഥവാ' എന്ന പദമാണ്. ചിലപ്പോൾ കാളിദാസനും അതുപയോഗിച്ചിട്ടുണ്ട്. 'അഥവാ തുടരുന്ന ജന്തുവിന്' എന്നുള്ള ആശാന്റെ പ്രയോഗം- അഥവാ എന്നുള്ളത് ജീവിതത്തെ സംബന്ധിച്ച ഒരു വീണ്ടുവിചാരമായി ധർമ്മത്തെ സംബന്ധിച്ച ഒരു സംശയമായി, ആശാന്റെ കവിതകളിൽ എപ്പോഴും വരാറുണ്ട്.

'മർത്ത്യലോക മഹിമ പുലർത്താൻ പറ്റിയ വിധമായിരുന്നെങ്കിൽ' എന്ന് 'കുടിയൊഴിക്കലി'ൽ ഒരു എങ്കിൽ ഉണ്ട്. ഇത് ഒരുപക്ഷേ വിപ്ലവത്തെക്കുറിച്ചുള്ള ഒരു സംശയം ആകാം.'പോകനമ്മൾ കിനാവുകണ്ടൊരാദേവ മാർഗ'ത്തിലേക്കു പോകനമ്മൾ എന്ന സന്ദേശത്തിന്റെ അവസാനത്തിൽ 'മർത്ത്യലോക മഹിമ പുലർത്താൻ പറ്റിയ വിധമായിരുന്നെങ്കിൽ' എന്നുള്ളത് മർത്ത്യലോകമഹിമയെക്കുറിച്ചുള്ള ഒരു പാഠവും പിന്നീട് ഒരു സംശയവും ആണ്.

അദ്ദേഹം വാസ്തവത്തിൽ ചെയ്യുന്നത് മർത്ത്യലോകമഹിമയെക്കുറിച്ച് ഒരു പാഠം ഉണ്ടാക്കുകയും ആ ഉറച്ച പാഠത്തിൽ ഒരു ഉറപ്പില്ലായ്മ കടത്തിവിടുകയുമാണ്. ഒരു നിശ്ചയത്തിൽ ഒരു സംശയം കടത്തിവിട്ടുകൊണ്ട് ഒരു നിർജീവതയിൽ ഒരു ജീവൻ കടത്തിവിട്ടുകൊണ്ട്, ഒരു ഉറപ്പിൽ ഒരു ദൗർബല്യം കടത്തിവിട്ടുകൊണ്ട് വൈലോപ്പിള്ളി തന്റെ ചിന്തയേയും ഭാവനയേയും നിരന്തരമായി സജീവമാക്കിക്കൊണ്ടിരുന്നു.

ഇതൊരു വലിയ താളക്രമം ആകാം. എല്ലാ കാര്യത്തെക്കുറിച്ചും വളരെ ചെറിയ കാര്യത്തെക്കുറിച്ചുപോലും. അടിയന്തരാവസ്ഥയെ പുകഴ്ത്തുകയും പുകഴ്ത്തിയിട്ട് അതിനെ സംശയിക്കുകയും ചെയ്യുന്ന ഒരു മനസ്സ്. എന്തു ചെയ്യുമ്പോഴും വൈകിച്ചെയ്യുന്ന രീതി. 'സമസ്തം വൈകിച്ചെയ്യലാണ് നിൻപരാജയം' എന്ന് കാലനോടാണ് വൈലോപ്പിള്ളി പറഞ്ഞത്. അങ്ങനെ മരണത്തിന്റെ പിന്നാലെ പോകുമ്പോഴും തന്റെ കൈയിലെടുക്കുന്ന ഒരോർമ്മയായി, ഒരു മരം നശിക്കുമ്പോഴും അതിന്റെ ലഹരിയായി ബാക്കിയാവുന്ന ഒരു മദ്യമായി, വൈലോപ്പിള്ളി കവിതയെ കൊണ്ടുനടന്നിരുന്നു എന്നു വേണമെങ്കിൽ ഓർക്കാവുന്നതാണ്.

'കാവ്യലോക സ്മരണ'കളിൽ, ഞങ്ങൾ വള്ളത്തോളിന്റെ സ്കൂളിൽ പ്പെട്ട ആളുകളാണ് എന്നദ്ദേഹം പറഞ്ഞിട്ടുണ്ട് എങ്കിലും വള്ളത്തോളിന് ശരിക്ക് മലയാളം ഉച്ചരിക്കാനറിയില്ല എന്ന് അദ്ദേഹം ആ കൃതിയിൽ സൂചിപ്പിച്ചിട്ടുണ്ട് എന്നുകൂടി ഓർക്കുക. ഈ സംശയമാണ്, അതായത് വള്ളത്തോളിനെ ഞാൻ പിന്തുടരുന്നു പക്ഷേ, മാഷ് പറയുന്നതിലെ ന്തോ തെറ്റുണ്ട് എന്ന് പറയുന്ന ഒരു മാഷും കുട്ടിയും.

'അങ്ങോട്ടുമിങ്ങോട്ടും ചാഞ്ഞും അംഗോപാംഗ വിലാസമോട്ടും' എന്നുള്ളത് വൈലോപ്പിള്ളിയുടെ ഓണക്കളികളിലെ ഒരു വരിയാണ്. അങ്ങോട്ടുമിങ്ങോട്ടും ചായുക എന്നുള്ളത്, ഊഞ്ഞാലാടുക എന്നുള്ളത്, ഊഞ്ഞാലാടുമ്പോൾ മുന്നോട്ടും പിന്നോട്ടും ആടുക എന്നുള്ളത്, ഒരു ദിക്കിലിരിക്കുന്നു എന്ന് തോന്നുന്നുവെങ്കിലും എപ്പോഴും സഞ്ചരിക്കുക എന്നുള്ളത് തീർച്ചയായും ഒരു താളക്രമം ആണ്. അങ്ങനെ കെട്ടിയ കയറിന് മാറ്റം വരുത്താതെ ആടിക്കൊണ്ടിരിക്കുന്ന ഒരു താളക്രമം, നിൽക്കുന്നു എന്നു തോന്നുമ്പോഴും കുതിക്കുവാൻ വെമ്പിക്കൊണ്ടിരിക്കു ന്ന ഒരു കുതികാൽ തീർച്ചയായിട്ടും വൈലോപ്പിള്ളിയുടെ കൃതികളിൽ നിരന്തരമായി നമുക്ക് കാണാവുന്നതാണ്. ഈ ജീവനാണ്, ഈ ജീവ സ്വരമാണ് ഒരുപക്ഷേ നിരന്തരമായി ആധുനികമാക്കിക്കൊണ്ടിരിക്കുന്ന ഒരു വസ്തുത.

'ഓണമുറ്റത്ത്' എന്നുള്ള മുഴക്കമേറിയ കവിതയുടെ തുടക്കത്തിൽ 'പായും കുടയും നെയ്യും പിന്നെ പല കൈവേലകൾ ചെയ്യും, പിന്നെ പെൺകൊടിമാരുടെ കരളുകൾ നുള്ളാൻ നാടൻ കവിതകൾ പാടിയിരി ക്കും ചാരെ 'എന്ന്' പഴമോടരിയും പപ്പടവും തന്നാവതുവേഗമയക്കാൻ നോക്കാം, പക്ഷേ അവരറിയുന്നീലെന്നഭിമാനം' എന്ന് ഒരു വെറും പുള്ളുവനായ ഒരു വെറും തൊഴിലാളിയായ - അങ്ങനെയാണല്ലോ 'വർക്കത്തുകെട്ട താറാവി'ൽ പറഞ്ഞിട്ടുള്ളത്. താറാവുകളുടെ കൂട്ടത്തിൽ നല്ല താറാവുകളും അതിന്റെ കൂട്ടത്തിൽ ഒരു വർക്കത്തുകെട്ട താറാവും വർക്കത്തുകെട്ട താറാവിന്റെ തലയിൽ സ്വർഗ്ഗത്തിൽ നിന്നൊരു ചുംബനവും.

സ്വർഗസുഗന്ധിച്ചുണ്ടുകളാൽ തൻ
കൊക്കിലുരുമ്മി ചുംബിക്കേ
പുളകം പൂണ്ടവനൊന്നു തരിച്ചു
പുലരിത്താമര മലർപോലെ

എന്ന്, ഒരു വർക്കത്തുകെട്ട താറാവ് എങ്ങനെയാണ് ഒരു ഗായകനാ യിത്തീരുന്നത് എന്ന്, താറാവിനേക്കാൾ വലിയ ഒരു താറാവായിത്തീരു ന്ന ഒരു വർക്കത്തുകെട്ട താറാവ്, താറാവുകളുടെ ശബ്ദമായി നാദമായി

ഗാനമായിത്തീരുന്ന ഒരു കവി, ഒരു വർഗ്ഗത്തിന്റെ മുഴുവൻ ഭാവനയായി ത്തീരുന്ന ഒരു ഭാവന - അതാണ് കവി എന്നുള്ള ഒരു ബോധം - ഒരു ജനതയുടെ പുള്ളുവനാണ് എന്നുള്ള ബോധം, വിനീതമായ ബോധം വൈലോപ്പിള്ളിക്കുണ്ട്. താൻ വൃത്തികെട്ടവനാണ് എന്നും 'കെട്ട ജീവിതം ഉണ്ടെനിക്കെന്നാൽ മറ്റൊരു കാവ്യ ജീവിതം മന്നിൽ' - താൻ വൃത്തികെട്ടവനാണ് എന്നും ഈ വൃത്തികേടിന്റെ ശിരസ്സിൽ തിളങ്ങുന്ന ഒരു സാധനമുണ്ട് എന്നും ഉള്ള ഒരു ദ്വന്ദ്വാത്മക ബോധം തീർച്ചയായിട്ടും വൈലോപ്പിള്ളിയുടെ പ്രധാനപ്പെട്ട ബോധം ആണ്.

"കാവ്യജീവിതം മണ്ണിലൊരൊറ്റപ്പൂവ്
വിണ്ണിൽ ഒരൊറ്റ നക്ഷത്രം"

ഇരുണ്ട ആകാശത്തിലെ നക്ഷത്രംപോലെ ഉള്ള, അങ്ങനെ ഇരു ട്ടിൽതൊട്ട വെളിച്ചത്തിന്റെ പൊട്ടായിത്തീരുക എന്നുള്ളതാണ് വാസ്ത വത്തിൽ വെളിച്ചത്തിന്റെ ധർമ്മം - എന്നദ്ദേഹം കരുതിപ്പോന്നിരുന്നു.

അതുകൊണ്ട് ഈ പശ്ചാത്തലമാണ്, അതായത് ക്രൗര്യത്തിന്റെ, ഇരുട്ടിന്റെ, തിന്മയുടെ ഈ പശ്ചാത്തലമാണ് നന്മയുണ്ടാക്കിത്തീർ ക്കുന്നത് എന്നുള്ള യഥാർത്ഥമായ ജീവിതബോധം വൈലോപ്പിള്ളി തന്റെ കവിതകളിൽ കൊണ്ടുവരുന്നുണ്ട് എന്നു മാത്രമല്ല വാസ്തവത്തിൽ തന്റെ മക്കളോടുള്ള സ്നേഹം പുലികൾക്ക് മാത്രമേയുള്ളൂ മനുഷ്യർക്കില്ല എന്നുംകൂടി സൂചിപ്പിച്ചിട്ടുണ്ട് എന്നുംകൂടി നമുക്കറിയാം.

'മാനുഷനുണ്ടോ വാൽസല്യം!' എന്നുള്ള ഒരു എക്സ്ക്ലമേഷൻ - ആശ്ചര്യം - വൈലോപ്പിള്ളിയുടെ ആശ്ചര്യമാണ്. ഇങ്ങനെ എന്താണ് വാൽസല്യം എന്നന്വേഷിക്കുമ്പോൾ അദ്ദേഹം എത്തിച്ചേരുന്നത് ഒരു ഈറ്റപ്പുലിയുടെ വാൽസല്യത്തിലാണ് എന്നും ഈറ്റപ്പുലി എന്നുകേട്ട് ഭയപ്പെടുന്ന ഒരു ജനതയോട് ഈറ്റപ്പുലിയുടെ രൗദ്രം വാസ്തവത്തിൽ ഒരു വാൽസല്യമാണ് എന്ന് വിളിച്ചുപറയുകയും ചെയ്യുന്നുണ്ട്. ഇത് വ്യക്തികളോടുള്ള ബന്ധത്തിൽ, ലോകത്തോടുള്ള ബന്ധത്തിൽ, ആശയങ്ങളോടുള്ള ബന്ധത്തിൽ തീർച്ചയായും വൈലോപ്പിള്ളി പ്രക ടിപ്പിച്ചിരുന്നു എന്ന് നാമോർക്കുന്നു.

പലപ്പോഴും ഭ്രമാത്മകമായിത്തോന്നാവുന്ന ഒരു വലിയ വ്യക്തി ത്വം അദ്ദേഹത്തിനുണ്ടായിരുന്നു. ഒരു പക്ഷേ ഇതിന്റെ കണികകൾ മറ്റു കവികളിലും ഉണ്ടായിരുന്നു എന്നും നാമറിയുന്നു. എല്ലാം വളരെ മാർദവത്തോടുകൂടി പറയുന്ന കാളിദാസൻ വൈപരീത്യത്തെ മറ്റൊരു തരത്തിലാണ് പറഞ്ഞത്. നേരിട്ടു സംസാരിച്ച് ഒരുപാട് കലമ്പുന്നുണ്ട് എങ്കിൽ അവൾ അനുരാഗിണിയല്ല എന്നും നേരെമറിച്ച് 'പറയുമ്പോൾ പറയാത്തവൾ' നോക്കുമ്പോൾ നോക്കാത്തവൾ, ഇണങ്ങുമ്പോൾ

പിണങ്ങുന്നവൾ ആണ് യഥാർത്ഥ കാമുകി എന്നും പറയുന്ന കാളിദാസന്റെ ഭാവനയുടെ ഒരു രൂക്ഷമായ തുടർച്ച, ജീവിതബോധത്തിന്റെ ഒരു പരുഷമായ വിവർത്തനം വൈലോപ്പിള്ളിയുടെ കവിതകളിലും കാണാവുന്നതാണ്.

തീർച്ചയായും ഈ കവിയുടെ മുമ്പിൽ കേരളം ഉണർന്നിരിക്കേണ്ടത് കേരളത്തിലെ ഭാവനയുടെ കർത്തവ്യമാണ് എന്ന് ഞാൻ കരുതുന്നു.

ഓണവും ഓണപ്പാട്ടുകാരും

ഓണം കേരളീയരുടെ ഇച്ഛാലോകത്തിന്റെ അടയാളമായിത്തീർന്നിരിക്കുന്നു. അവരുടെ ആഗ്രഹങ്ങളെ പ്രക്ഷേപിക്കുന്ന ഒരു യന്ത്രം എന്നും പറയാം. ആശിക്കുവാനും നിറവേറ്റുവാനും മാത്രമല്ല വീണ്ടും ആശയിലേക്കുതന്നെ തിരിച്ചുപോകുവാനും അത് നമ്മെ പഠിപ്പിക്കുന്നു. ഈ പാഠം പാടുന്നതുകൊണ്ടാണ് ഓണപ്പാട്ടുകാർ നമ്മുടെ കവികളായിത്തീരുന്നത്. കവിത സ്വപ്നങ്ങളെ പ്രക്ഷേപിക്കുകയും സമുദായത്തിന്റെ സ്വപ്നമായി മാറുകയും ചെയ്യുന്നു.

"അവകൾ കിനാവുകളെന്നാം ശാസ്ത്രം
കളവുകളെന്നാം ലോകചരിത്രം
അവയിലുമേറെ യഥാർത്ഥം ഞങ്ങടെ
ഹൃദയനിമന്ത്രിത സുന്ദരതത്ത്വം"

എന്നും ഈ കാലമാകുമ്പോൾ നമ്മുടെ ഓണപ്പാട്ടുകാരനെ ഓർക്കാതിരിക്കാൻ കഴിയില്ല. ശാസ്ത്രത്തിന്റെയും ചരിത്രത്തിന്റെയും അല്ല, സൗന്ദര്യത്തിന്റെ തത്ത്വമാണ് താൻ ആവിഷ്കരിക്കുന്നത് എന്ന് അദ്ദേഹം മുമ്പേ പറഞ്ഞുവെച്ചിട്ടുണ്ട്.

"മാനവപ്രശ്നങ്ങൾ തൻ മർമ്മകോവിദൻമാരേ
ഞാനൊരു വെറും സൗന്ദര്യാത്മക കവിമാത്രം"

എന്ന വരികളോട് ഇതും ചേർത്തുവെച്ച് വായിക്കേണ്ടതാണ്. സൗന്ദര്യം മനുഷ്യവർഗത്തിന്റെ മോചനത്തിനുള്ള ഒരു മൂന്നാംമാർഗ്ഗമാണെന്ന് വൈലോപ്പിള്ളിയും കരുതിയിരുന്നു. ജീവിതത്തിന്റെ കട്ടുംകെട്ട് ചരിത്രത്തിന്റെ വൈരുധ്യം അഴിക്കുന്തോറും ഉപബോധവൃത്തിയാൽ മുറുകി മുറുകിവരുന്നു എന്നദ്ദേഹം വിഷാദിച്ചിട്ടുണ്ടല്ലോ. രുദ്ധമായിത്തീരുന്ന ഇച്ഛാപ്രവാഹത്തെ, ജീവിതകാമനയെ എങ്ങനെ

സ്വച്ഛന്ദമാക്കാം എന്നതായിരുന്ന മാർക്സിന്റെയും ഫ്രോയ്ഡിന്റെയും അന്വേഷണവും.

> *"സ്നേഹസുന്ദര പാതയിലൂടെ*
> *വേഗമാവട്ടെ വേഗമാവട്ടെ"*

വാക്കുകളുടെ തന്ത്രങ്ങളിൽക്കൂടി ഇച്ഛാലോകത്തെ സൃഷ്ടിക്കുകയും മർദ്ദകമായ യഥാർത്ഥലോകത്തെ പരാജയപ്പെടുത്തുകയും ചെയ്യാം എന്നതാണ് കവികളുടെ ആയോധനരീതി. അർത്ഥം എവിടെനിന്നുണ്ടാകുന്നു എന്നത് ധനശാസ്ത്രത്തിലെ ചോദ്യം മാത്രമല്ല, ഭാഷാശാസ്ത്രത്തിലെയും ചോദ്യമാകുന്നു. "വ്യാകരണപണ്ഡിതന്മാർക്കറിയാത്തതാണ് കവിതയുടെ അറിവ്'' എന്ന ചൊല്ലിൽ ഒരു നവലോകസൃഷ്ടിയുടെ സൗന്ദര്യശാസ്ത്രം അടങ്ങിയിരിക്കുന്നു എന്നു പറയാം. മനുഷ്യവർഗത്തിന്റെ നൈസർഗികമായ രുചിക്കനുസരിച്ച് രൂപംകൊള്ളുന്ന, പരിവർത്തനം ചെയ്യുന്ന ലോകം, എന്ന് നമ്മുടെ സൗന്ദര്യശാസ്ത്രം ഇതിനെ വിവരിച്ചു.

> *"യഥാസ്മൈ രോചതേ വിശ്വം*
> *തഥേദം പരിവർത്തതേ"*

ഇങ്ങനെ ഒരു സമാന്തരലോകം സൃഷ്ടിച്ച് പഴയ ലോകത്തെ അട്ടിമറിക്കാമെന്ന്, സന്തുലിതമാക്കാമെന്ന് കവിത മോഹിക്കുന്നു.

> *"കെട്ട ജീവിതം, ഉണ്ടെനിക്കെന്നാൽ*
> *മറ്റൊരു കാവ്യജീവിതം മന്നിൽ."*

ഇപ്പോഴും കലാസാഹിത്യങ്ങളെക്കൊണ്ട് സന്തുലിതമാക്കപ്പെടുന്ന ഒരു അസന്തുലിത ജീവിതമാണ് നമ്മുടേതെന്ന് നാം വേണ്ടത്ര അറിയുന്നില്ല എന്നേയുള്ളൂ.

സ്നേഹത്തിന്റെയും സൗന്ദര്യത്തിന്റെയും മാർഗങ്ങളിൽക്കൂടി, ലോകത്തെ നമ്മുടെ ഇച്ഛയുടെ രൂപത്തിൽ വാർത്തെടുക്കുവാനുള്ള ശ്രമങ്ങൾ, അതിന്റെതന്നെ വൈരുധ്യങ്ങളാൽ തോറ്റുപോകുമെന്ന് വൈലോപ്പിള്ളി മനസിലാക്കിയിരുന്നു. ഈ അറിവ് അദ്ദേഹത്തിന് നൽകിയത്, അദ്ദേഹം സർവ്വാത്മനാം ഏതിനെ വെറുത്തിരുന്നുവോ ആ മാനസികാപഗ്രഥനം തന്നെയാണ്. അതുകൊണ്ട് to be or not to be എന്ന ഹാംലെറ്റിലെ ഈഡിപ്പൽ പ്രമേയം തന്റേതുതന്നെയാണെന്ന് അദ്ദേഹം കാവ്യലോകസ്മരണകളിൽ എഴുതുകയും ചെയ്തു. സഹ്യൻ എന്ന ഒരു പിതാവും 'മണിക്കോവി ലിൽ മയങ്ങുന്ന ദൈവം' എന്ന മറ്റൊരു പിതാവും ഉള്ള ആനയുടെ ജീവിതത്തിൽക്കൂടി പിതൃസ്വരൂപത്തിന്റെ ദ്വന്ദ്വാത്മകഭാവം മറ്റാരാണ് ഇത്രയും അനുപമമായി അവതരിപ്പിച്ചിട്ടുള്ളത്! സഹ്യന്റെ മകൻ പൂർണമായ ഒരു ഈഡിപ്പൽ കാവ്യമാകുന്നു.

മനസ്സിന്റെ അനാവരണമെന്ന നിലയിൽ മനഃശാസ്ത്രത്തോടും കവിതയോടും ഉണ്ടായിരുന്ന സമീപനം പോലെതന്നെ ചരിത്രത്തിന്റെ സ്ഫോടനമായ വിപ്ലവത്തോടും വൈലോപ്പിള്ളിക്ക് ദ്വന്ദ്വാത്മക ഭാവം ഉണ്ടായിരുന്നു എന്നുകൂടിപറഞ്ഞാലേ ഈ ചിത്രം പൂർണമാകൂ. കുടിയൊഴിക്കലിനെപ്പോലെ മറ്റൊരു കവിതയും വിപ്ലവത്തിന്റെ കയങ്ങൾ കണ്ടിട്ടില്ല. ഒക്ടോബർ വിപ്ലവം മുതൽ 1948-വരെയുണ്ടായ ചരിത്രസംഭവങ്ങളുടെ ഗംഭീരബോധമാണ് കുടിയൊഴിക്കൽ എഴുതാൻ വൈലോപ്പിള്ളിയെ കരുത്തനാക്കിയത്. സഹോദരനയ്യപ്പനിൽ നിന്നാണ് സോവിയറ്റ് വിപ്ലവത്തെക്കുറിച്ച് താൻ കേട്ടുതുടങ്ങിയതെന്ന് അദ്ദേഹം പറഞ്ഞുവെച്ചിട്ടുണ്ട്. തന്റെ വീട്ടുമുറ്റംവരെ എത്തിയ പെരുവെള്ളത്തെക്കുറിച്ച് അദ്ദേഹം പിന്നീട് അറിയാതിരിക്കുമോ? ഇങ്ങനെ താൻ ഗൂഢമായി കുടിച്ചുവറ്റിച്ച വിപ്ലവബോധത്തിന്റെ സാന്നിധ്യം കവിയിലുണ്ട്. ഇത് ജന്മിയായ കവിയെ നിരായുധനാക്കുകയും നിലംപരിശാക്കുകയും ചെയ്യുന്നു. കവിത അവിടെ സ്വാഭാവികമായി അവസാനിക്കാതെ, ചീവിടുകളുടെ പാട്ടിൽ പരിശിഷ്ടമായി പുനർജ്ജനിക്കുന്നു. മുന്നറിയിപ്പായി, ആശിർവാദമായി, വിപ്ലവത്തെ അനുഗ്രഹിക്കുന്ന ഈ നിൽപ്, കവിയുടെ ഗുരുത്വത്തെ ഉറപ്പിക്കാനുള്ളതാണ്.

തൽകാലത്തിന്റേയന്നപോലെ മുക്കാലത്തിന്റെയും കാഴ്ചക്കാരൻ കവിയാണെന്ന് വൈലോപ്പിള്ളി കരുതിയിരുന്നു. സത്യം കാണുന്ന കുട്ടിയും കാലം കാണുന്ന പഴവനും.

"മർത്ത്യ സൗന്ദര്യബോധങ്ങൾ പെറ്റ
മക്കളല്ലീ പുരോഗമനങ്ങൾ!"

എന്ന ഒരുറ്റവും വൈലോപ്പിള്ളിക്കുണ്ടായിരുന്നു. യാഥാർത്ഥ്യത്തിന്റെ കീഴ്മേൽമറിച്ചിലാകാം ഇത്. എങ്കിലും ഒരു ഹോഫ്മാൻ ആകാൻ കഴിയാത്തതുകൊണ്ടാണ് ഫ്രോയ്ഡ് മനഃശാസ്ത്രജ്ഞനായതെന്നും മാർക്സ് വാസ്തവത്തിൽ ഒരു കവിയായിരുന്നു എന്നുമുള്ള വർത്തമാനങ്ങൾ നാം കേട്ടുകഴിഞ്ഞിരിക്കുന്നു.

ആഗസ്റ്റ് 1988

സഫ്ദർ

ജനുവരി ഒന്ന്. ഹാശ്മിയെ ഓർമ്മയുള്ളവർക്ക് പൂർണ്ണമായ ത്യാഗത്തിന്റെ ദിവസം - കലയുടെയും ജീവിതത്തിന്റേയും പ്രയോജനത്തെക്കുറിച്ചുള്ള സാമാന്യബോധം ഹാശ്മി മാറ്റിമറിച്ചു. ഈ കാലഘട്ടത്തിലെ അതുല്യമായ മനുഷ്യമാതൃക സൃഷ്ടിച്ചു.

ഒരു കല്ലിൽ മറ്റൊരു കല്ലെടുത്തു വച്ച് ശിവപ്രതിഷ്ഠ നടത്തിയ ശ്രീനാരായണഗുരുവാണ് തനിക്കേറ്റവും പ്രിയപ്പെട്ട ശിൽപി എന്ന് ഒരു കലാകാരൻ ഈയിടെ പറയുണ്ടായി. ഉയർന്നു നിൽക്കുന്ന ഒരു കല്ലുകൊണ്ട് പാവങ്ങളുടെ സമുദായത്തെതന്നെ ഉയർത്തിനിർത്തിയ ഗുരു. ഒരു വലിയ കലാകാരൻ സുന്ദരമായ മറ്റൊരു മനുഷ്യസമൂഹത്തെ സൃഷ്ടിക്കുന്നു. പ്ലാറ്റോവിന്റെ ആശയം ജീവിക്കുന്നതായി നാം കാണുന്നതിവിടെയാണ്. ഒരു കലാകാരന് എങ്ങനെ തിന്മയെ പ്രതിരോധിക്കാം എന്നതിന്റെ മറ്റൊരു മാതൃക ഹാശ്മി നാടകത്തിലൂടെയും മരണത്തിലൂടെയും കാണിച്ചുതന്നു. സുഹൃത്തുക്കളെയെല്ലാം സുരക്ഷിതരാക്കിയിട്ടാണ് സഫ്ദർ സ്വയം അരക്ഷിതത്വത്തിലേക്ക് വലിച്ചെറിഞ്ഞത്. ഒരു യഥാർത്ഥ രക്തസാക്ഷി എന്നും അങ്ങനെ ആയിരുന്നു.

സഫ്ദറിന്റെ കല അഴിമതിയുടെ ആൾക്കൂട്ടങ്ങളെ പ്രകോപിപ്പിച്ചു. വി.ടിയുടെ നാടകവും പണ്ട് കേരളത്തിൽ ഇങ്ങനെ ചെയ്തിരുന്നു എന്നു നാം ഓർക്കുന്നു. ആരേയും പ്രകോപിക്കുന്നില്ല എങ്കിൽ നിങ്ങളുടെ വിപ്ലവപ്രവർത്തനം ഒന്നും ചെയ്യുന്നില്ല എന്നാണർത്ഥം.

പാട്ടുകളും ആട്ടങ്ങളും കൊണ്ട് രാഷ്ട്രീയബോധത്തെ ഉറക്കിക്കിടത്തുന്ന കാലഘട്ടത്തിൽ സഫ്ദറിന്റെ ഓർമ്മ നമ്മെ അസ്വസ്ഥരാക്കണം- അത് കലയുടെ ധർമ്മത്തെ നമുക്കായി, ചരിത്രത്തിനായി, വീണ്ടും നിർവചിക്കുന്നു. അതുകൊണ്ടാണ് ഭക്ഷണം ഉപേക്ഷിച്ചുകൊണ്ട് കുട്ടികൾ സഫ്ദറിനെ സ്മരിച്ചത്. ത്യാഗം മാത്രം ഭക്ഷണമാക്കിയ മനുഷ്യനെ.

ഇങ്ങനെ ഒരാൾ യഥാർത്ഥത്തിൽ ജീവിച്ചിരുന്നുവോ എന്നു നാളെ ലോകം ഗാന്ധിയെ കുറിച്ച് ഐൻസ്റ്റൈനെന്ന പോലെ അത്ഭുതപ്പെടാം. കേൾക്കുന്നതെല്ലാം സത്യമാണോ എന്ന്. സത്യം മിഥ്യയേക്കാൾ വാസ്തവമാണോ എന്ന്.

ക്രിസ്റ്റഫർ കോഡ്വെല്ലിനെ കുറിച്ച് കഴിഞ്ഞ തലമുറ പറഞ്ഞതു പോലെ സഫ്ദർ ഒരു കമ്മ്യൂണിസ്റ്റായി ജീവിക്കുകയും കമ്മ്യൂണിസ്റ്റായി തന്നെ മരിക്കുകയും ചെയ്തു.

ജനുവരി ഒമ്പത്

ഇന്ന് ഒരു രാജ്യം ഒരു കലാകാരന്റെ രക്തത്തെ അനുസ്മരിക്കുകയാണ്. സഫ്ദർഹാഷ്മി തന്റെ രക്തംകൊണ്ട് തന്റെ വിശ്വാസത്തെ സാക്ഷ്യപ്പെടുത്തി.

കലയും ജീവിതവും വേർതിരിക്കുന്ന അതിരുകൾ അദ്ദേഹം മുമ്പുതന്നെ മായ്ച്ചുകളഞ്ഞിരുന്നു: വ്യക്തിയെ സമുദായത്തിൽനിന്ന് വേർപെടുത്തുന്ന വരകളും. സഫ്ദർ കലയെ സമുദായത്തിലേക്കും ചരിത്രത്തിന്റെ തെരുവുകളിലേക്കും ഇറക്കിക്കൊണ്ടുവന്നു.

അദ്ദേഹം പലരുടെയും ഉറക്കം കെടുത്തിയിരിക്കണം. ഉറങ്ങുന്നവർക്ക് കിനാവ് കാണുവാനുള്ളതല്ല, ഉണർന്നിരിക്കുന്നവർക്ക് ജീവിക്കുവാനുള്ളതാണ് ഈ ഭൂമി എന്നദ്ദേഹം വിളിച്ചുപറഞ്ഞുകൊണ്ടിരുന്നല്ലോ. പക്ഷേ വിരൽ കുടിക്കുന്ന കുട്ടികൾക്ക് ആവശ്യം താരാട്ടുപാട്ടുകളായിരുന്നു. രാജകുമാരൻമാർക്ക് ഉറങ്ങുവാൻ വിരിച്ചിട്ട പട്ടുമെത്തയാണ് ഭാരതമെന്ന് കരുതുന്നവരുടെ പരമ്പര അവസാനിച്ചിട്ടില്ല.

ആശയങ്ങളെ നേരിടുവാൻ കഴിയാതെ വരുമ്പോൾ ആളുകളെ നശിപ്പിക്കുകയാണ് മൂഢതന്ത്രം. ഞായറാഴ്ചകളിൽ ലോകത്തെ മുഴുവൻ ആത്മീയത പഠിപ്പിക്കാനിറങ്ങിയ ഒരു വർഗ്ഗത്തിനേ ഇത് കഴിയൂ. ആത്മീയത ഭൗതികതയിൽ തലകുത്തിവീഴുന്നു- തല പിളർക്കുകയാണ് ആശയത്തെ വിലക്കുവാനുള്ള വഴി, എന്ന പുതിയ വേദാന്തത്തിൽ എത്തിച്ചേരുന്നു.

ഇതാണ് ഭീരുത്വത്തിന്റെ വഴി. വിഷംകൊടുത്ത് ഒരു സോക്രട്ടീസിനെ കൊല്ലാമെന്ന് കരുതിയവരുടെ പാരമ്പര്യം. ഇവരാണ് സമാധാനവാദിയായ റസലിനെ പള്ളിമുറ്റത്തിട്ടടിച്ചത്. ഇവർ തന്നെയാണ് സഹോദരനയ്യപ്പനെ ക്ഷേത്ര വളപ്പിൽ ഇടിച്ചുവീഴ്ത്തിയത്. ഭീരുക്കൾ എപ്പോഴും ആയുധവുമായി നടക്കുന്നു.

എങ്കിലും മരണം ജീവിതത്തിന്റെ അവസാനമല്ല എന്ന് സഫ്ദർ തെളിയിച്ചുകൊണ്ടിരിക്കുന്നു. ജീവിതത്തെയും മരണത്തെയും വേർതിരിക്കുന്ന രേഖയും അദ്ദേഹം ഭേദിച്ചുകഴിഞ്ഞു. ഒരു യഥാർത്ഥ രക്തസാക്ഷി മരിക്കുന്നില്ലല്ലോ. ക്രിസ്റ്റഫർ കോഡ്വെല്ലിനെപ്പോലെ സഫ്ദറും ഒരു കമ്മ്യൂണിസ്റ്റായി ജീവിക്കുകയും കമ്മ്യൂണിസ്റ്റായി മരിക്കുകയും ചെയ്തു.

ജനുവരി 1989

സച്ചിദാനന്ദൻ

ഇതൊരോർമ്മക്കുറിപ്പാണ്. നിരൂപണമേ അല്ല. കവിതയുടെ വേദിയിലേക്ക് അഞ്ചുസൂര്യനമായി സച്ചിദാനന്ദൻ കടന്നുവരുന്നത് ഞങ്ങൾ കണ്ടുകോണ്ടേയിരുന്നു. കുട്ടികൃഷ്ണമാരാർ കേട്ടുകൊണ്ടുമിരുന്നു. ഉടയാടകളില്ലാത്ത ആ കവിത ഒരു പിറവിയാണെന്ന്, പിറവിയെ അശ്ലീലമായിത്തന്നെ കരുതുന്നവർ വിശ്വസിച്ചിരിക്കില്ല. പുതുയുഗത്തിൽ കവിതയ്ക്ക് സാർവ്വലൗകികമായ ഭാവനാകാശം വിരിയുന്നതിന്റെ സൂചനകളതിൽ കാണാമായിരുന്നു.

അരനൂറ്റാണ്ടോളം കേരളത്തിലെ റൊമാന്റിക്ക്കവിത ലിറിക്കൽ ബാല്ലഡുകളെയും അതിന്റെ അവതാരികകളേയും വട്ടമിട്ടാണ് പറന്നുകൊണ്ടിരുന്നത് എന്നോർക്കുമ്പോൾ ഇന്ന് പുതുമ തോന്നും. പക്ഷേ പുതുയുഗത്തിൽ പണിക്കരേയും കക്കാടിനേയും ആകർഷിച്ചത് എലിയട്ടിന്റെ Waste Land ഉം പൊള്ളമനുഷ്യരുമായിരുന്നു. പത്തിരുപതു കൊല്ലക്കാലം നാം ചർച്ച ചെയ്തത് Tradition & Individual Talent എന്ന എലിയറ്റ് പ്രബന്ധത്തിന്റെ പ്രമേയവും ആയിരുന്നു. പാരമ്പര്യവും പരിവർത്തനവും എന്ന ക്ലാസ്സിക്പ്രശ്നം. പുതുതായി ചേരുന്ന ഒരു കുട്ടിയെ ക്ലാസ്സിൽ എവിടെയിരുത്തണം എന്ന ചോദ്യത്തിനാണ് എലിയറ്റ് ഉത്തരം തേടിയത്.

സച്ചിദാനന്ദന്റെ കാലത്ത് ലോകകവിത സമകാലീനവും ആയിത്തീരുന്നുണ്ട്. ലോകകവിതയുടെ പത്തുപതിനഞ്ചു പരിഭാഷാസമാഹാരങ്ങൾ ഈ മാറ്റത്തിന്റെ ഫലം തന്നെയാണ്. ആ പുലരിയുടെ ആദ്യകിരണങ്ങൾ പിടിച്ചെടുക്കുകയാണ് സച്ചിദാനന്ദൻ ചെയ്തത്. അങ്ങനെ സാർവ്വലൗകികമാത്തീർന്ന നമ്മുടെ കവിത പ്രാദേശികത തന്നെയാണ്സാർവ്വലൗകികതയെന്ന് ശ്രദ്ധേയമായ സമവാക്യത്തിലേക്ക് തിരിച്ചെത്തുകയാണ്.

കവിത വിപ്ലവം തന്നെയാണെന്ന് തോന്നിക്കുന്ന പതിറ്റാണ്ടിൽക്കൂടിയാണ് ഈ കവിയും കടന്ന് പോന്നത്. രോഷമായിരുന്നു കവിതയുടെ വാസ്തുല. അടിയന്തരാവസ്ഥ കൊണ്ടുകൂടി അടയാളപ്പെടുത്തുന്ന ഈ കാലത്ത് സച്ചിദാനന്ദൻ നാവുമരം എന്ന മികച്ച കവിതയെഴുതി. ഒരു ചാണക്യനെപ്പോലെ തന്റെ എതിരാളികളെ വേരോടെ പിഴുതെടുത്ത് നശിപ്പിക്കുന്ന വംശനാശകാലത്ത് കവി ആരാണെന്ന് സച്ചിദാനന്ദൻ വിളിച്ചുപറഞ്ഞു. ദെരിദാ,ജനുവരി, ഞാൻ എന്ന കവിതയും ഇത്രതന്നെ തീക്ഷ്ണമാകുന്നു. കാലത്തിന്റെ യാഥാർത്ഥ്യം എന്താണെന്ന് തിരിച്ചറിയുന്ന കവി. തന്റെ കാലത്തോട് സംസാരിക്കാത്ത ഒരാൾ പിൽക്കാലത്തോട് സംവദിച്ചിട്ടില്ല എന്ന നിരൂപകകവിത ഇപ്പോൾ ഓർത്തുപോകുന്നു. ശാശ്വതികത്വം തീവ്രമായ താൽക്കാലികതയുടെ മറ്റൊരു പേരാകുന്നു.

"രാത്രിയുടെ കൈകളിൽ തലവെച്ച്
തണുപ്പിൽ ഉടൽതന്നെ പുതപ്പാക്കി
ചെറിയ മരണങ്ങളും കാത്തുകിടക്കുന്ന
ഈ മനുഷ്യരെ നോക്കൂ"

ഒരിടി മുഴക്കത്തിനും ഉണർത്താനാവാത്തവർ(ദെരിദാ, ജനുവരി, ഞാൻ) കൊണ്ടും കൊടുത്തും ഇത്രയും വലിപ്പം നേടിയ മറ്റൊരാൾ കേരളത്തിൽ ഉള്ളൂർ മാത്രമായിരുന്നു. സാദൃശ്യം വീക്ഷണത്തിലോ കവിതയിലോ അല്ല പ്രവർത്തിച്ചുപെരുപ്പിച്ച രംഗങ്ങളുടെ കാര്യത്തിലാണ്. സംഭരണശേഷിയിൽ സച്ചിയും ഉള്ളൂരും പെരുവയറന്മാരാണ്. പക്ഷേ അത്തരക്കാർക്കില്ലാത്ത അളവറ്റ ഉൽപാദനക്ഷമതയും ഇവർക്കുണ്ട്. കേരളീയസാഹിത്യത്തെ ഒറ്റക്കരിച്ചുപെറുക്കിയ ഉള്ളൂരിനെപ്പോലെ കവിതയുടേയും പരിഭാഷയുടേയും നിരൂപണത്തിന്റേയും മണ്ഡലങ്ങളിൽ ഔദ്യോഗികജീവിത്തിന്റെ തീരാക്കുരുക്കുകളിൽ നിന്നു കൊണ്ടുതന്നെ പ്രവർത്തിച്ചിരുന്നുവെന്നത് നാളെ ഒരത്ഭുതമായി ത്തോന്നാം. കവിതയുടെതായ തന്റെ കൃഷിയിടങ്ങളിൽ മാത്രമല്ല, ലോകത്തെമ്പാടും നടക്കുന്ന ചിന്തയുടേയും ഭാവനയുടേയും കൃഷിയിടങ്ങളിൽ മേഞ്ഞുനടന്ന ഒരു മനസ്സാണ് സച്ചിദാനന്ദന്റേത്. മറ്റ് അധികം കവികളെ നമ്മുടെ ഭാഷയിൽ നിന്ന് ഇങ്ങനെ എടുത്തുകാണിക്കാനില്ല.

നഗരത്തിൽ നിലാവ് മായുന്നു

ഒരു മഹാനഗരത്തിനുമുകളിൽ നിലാവ് അസ്തമിച്ചിരിക്കുന്നു. ഇനി ഏറെ കാലത്തേക്ക് കോഴിക്കോട് ചിരിക്കുകയില്ല. ഇത് കറുത്ത പക്ഷമാണ്.

ചെറുപ്പത്തിൽ അച്ഛനും അമ്മയും നഷ്ടപ്പെട്ട് പകുതിയും അനാഥനായിത്തീർന്ന കുഞ്ഞനന്തൻ ജീവിതത്തെ പച്ചയോടെയാണ് ചവച്ചുതീർത്തത്. പുറംപോക്കിലെ ചെടികൾക്ക് വെള്ളം നനക്കുന്ന വി.ആർ. നായനാർ ജീവിതത്തിന്റെ മറുപുറം കുഞ്ഞനന്തന് കാണിച്ചുകൊടുത്തു. തിക്കോടിയിൽ നിന്നു കോഴിക്കോട്ടേക്കു മാത്രമല്ല മരണത്തിൽ നിന്ന് അമൃതം ഉണ്ടാക്കുന്ന മന്ദഹാസത്തിലേക്കാണ് ഒരു ചെറുപ്പക്കാരൻ മാറിത്താമസിച്ചത്. തന്നെ നിരന്തരം വേട്ടയാടിക്കൊണ്ടിരുന്ന മരണത്തെ പിൻതിരിഞ്ഞുനോക്കി അഭിവാദനം ചെയ്യുന്ന ഒരു രീതി എം.ആർ നായർ എന്ന സഞ്ജയൻ മുൻപേ കണ്ടുപിടിച്ചിരുന്നു. ഇതിനെ സഞ്ജയൻ വിദൂഷകന്റെ മതം എന്നു വിളിച്ചു. വിഷാദത്തിന് തൊടാൻ കഴിയാത്ത അകലത്തിൽ എത്തി നിൽക്കുന്ന വിദൂഷകനെ ആപത്തുകൾക്കൊന്നും അടിപ്പെടുത്താൻ കഴിയില്ല. ദുഃഖത്തിൽ നിന്നും ഭയത്തിൽ നിന്നും പ്രലോഭനങ്ങളിൽ നിന്നും അവർ ഉയർന്നു നിൽക്കുന്നു. ചിതയിൽ സ്വയം എരിഞ്ഞു തീർക്കുന്ന ഒരുവനെ മറ്റൊരു തീയിനും പൊള്ളിക്കാൻ കഴിയില്ല. ഒരു സാന്ത്വനത്തിനും കൊടുത്താനും കഴിയില്ല.

തന്റെ ഇരുണ്ട ആകാശങ്ങളെ കുഞ്ഞനന്തൻ വെളിച്ചമാക്കിത്തീർത്തു. പൊള്ളുന്ന മരുഭൂമിയിലെ രാത്രികളെപ്പോലെ. തന്റെ സാന്നിധ്യം കൊണ്ട് ജനമനസ്സിന്റെ കാലാവസ്ഥകളെ കീഴ്മേൽ മറിച്ചു. എല്ലാവരുടേയും കൂടെ നടന്നു. ആർക്കും തൊടാൻ കഴിയാതെ അകന്നുനിന്നു.

തന്നിൽ പെയ്ത തീ മഴയെല്ലാം തന്നത്താൻ കുടിച്ചുവറ്റിച്ചു.

തിക്കോടിയൻ സിദ്ധനോ ബുദ്ധനോ ആയിരുന്നില്ല. ആളുകളുടെ തോഴനായിരുന്നു. നാം നടക്കുമ്പോൾ കൂടെ നടക്കുന്ന അമ്പിളിയെപ്പോലെ. കുട്ടികളുടെ കൂട്ടുകാരൻ. ഏറെ പ്രായമുണ്ടെങ്കിലും കുഞ്ഞായവൻ. ചിരിക്കുവാൻ വേണ്ടി മാത്രം പല്ലുകൾ സൂക്ഷിക്കുന്നവൻ. കനിവിനുവേണ്ടി കണ്ണുകൾ തുറക്കുന്നവൻ. ഏത് വാളിന്റെയും വായ്ത്തല ഒരു പുഞ്ചിരികൊണ്ട് മടക്കുന്നവൻ. ഏത് മുറിവിനും മരുന്നായി മാറുന്നവൻ.

തിരസ്കാരത്തിന്റെ അർത്ഥം

ഏതു വ്യവസ്ഥയെയും ചോദ്യം ചെയ്താൽ തകരും എന്ന് തിരിച്ചറിഞ്ഞ എഴുത്തുകാരനായിരുന്നു വി.കെ.എൻ. വ്യാകരണത്തെ ചോദ്യം ചെയ്താൽ വ്യാകരണം തകരും എന്നദ്ദേഹത്തിന് അറിയാമായിരുന്നു. വി.കെ.എൻ-ന്റെ രചനകൾ ഇക്കാര്യം തെളിയിക്കുന്നുണ്ട്. മാതൃഭാഷയുടെ പിതൃഘടനയെ ചോദ്യംചെയ്യുന്ന, തകർക്കുന്ന എഴുത്തുകാരനാണ് വി.കെ.എൻ. ഈ തിരസ്കാരം ആകസ്മികമല്ല. വി.കെ.എൻ. എന്ന ചുരുക്കപ്പേരിൽ ഈ തിരസ്കാരമുണ്ട്. അദ്ദേഹത്തിന്റെ ജീവിതത്തിൽ നീണ്ട ഒരു പ്രവാസ ഘട്ടമുണ്ട്. അജ്ഞാതമായ ഒരു ഘട്ടം ഒരു ഇരുണ്ട പ്രദേശം ആ ജീവിതത്തിലുണ്ട്. ക്രിസ്തുവിന്റെ ജീവിതത്തിലുള്ളതുപോലെ, കർണ്ണന്റെയും ശങ്കരാചാര്യരുടെയും ശ്രീനാരായണഗുരുവിന്റെയും ജീവിതത്തിലുള്ളതുപോലെ. 'വിവാഹപ്പിറ്റേന്നിലേക്കു' തിരിച്ചു വരുമ്പോൾ തലേന്ന് വരെ എവിടെയായിരുന്നുവെന്നത് അജ്ഞാതമാണ്. പ്രായപൂർത്തിവന്ന് ഒരാൾ ജനിക്കുന്നതുപോലെയാണ് വി.കെ.എന്റെ ജനനം. ഈ പ്രവാസഘട്ടം കഴിഞ്ഞ് തിരിച്ചുവരുമ്പോൾ മറ്റുള്ളവരെപ്പോലെയല്ല ജീവിതത്തെ കാണുന്നത്. ഈ നിശ്ശബ്ദതയാണ് പിന്നീടുള്ള ശബ്ദത്തെ, ഭാഷയെ രൂപപ്പെടുത്തുന്നത്. മൗനത്തിന്റെ ഈ കാലഘട്ടമാണ്, പ്യൂപ്പദശയാണ് വി.കെ.എൻനെയും കരുത്തനാക്കിയത്. ആരും ശ്രദ്ധിക്കാതിരിക്കേ പെട്ടെന്നുള്ള പ്രത്യക്ഷപ്പെടൽ. ഒരത്ഭുതം പോലെ ആകാശം നിറയെ, പത്രങ്ങൾ നിറയെ അരങ്ങേറ്റം കുറിക്കൽ.

അറിയാത്തൊരിടത്തുനിന്ന് വളർച്ച നേടി കുട്ടികൾ തിരിച്ചുവരുമ്പോഴത്തെ വിസ്മയമാണിതിലുള്ളത്. പല തെരുവുകളിലൂടെയലഞ്ഞ്, പത്രങ്ങളിലൂടെയും ഭക്തിയിലൂടെയും ആരാധനയിലൂടെയും നിറഞ്ഞ് വി.കെ.എൻ. പ്രായപൂർത്തി നേടുന്നു. ദേവസ്വത്തിലെ ജോലിക്കാലം ഇതിൽ പ്രധാനമാണ്. ദേവസ്വത്തിൽ ഈശ്വരന് മാത്രമല്ല ചെകുത്താനും ഒരു

മുറിയുണ്ട്. വി.കെ.എൻ.ന്റെ രചനാലോകത്തെ നിർണ്ണയിക്കുന്ന പ്രധാന ശക്തികളിലൊന്ന് ദേവസ്വം അനുഭവങ്ങളാണെന്നത് യാദൃച്ഛികമല്ല. ബ്രണ്ണൻ കോളജിൽ എന്റെ സഹപ്രവർത്തകനായിരുന്ന നമ്പ്യാർമാഷ് വി.കെ.എൻ.ന്റെ ആദ്യത്തെ കഥ വായിച്ചപാടെ പറഞ്ഞത് ഇയാൾ ദേവസ്വത്തിൽ ജോലി ചെയ്തിട്ടുണ്ടല്ലോ എന്നാണ്. ദേവസ്വത്തിലെ ജോലിക്കാലത്താണ് വി.കെ.എൻ. മായയിൽനിന്ന് മുക്തനായത്. ദേവസ്വത്തിലെന്തും മായയായിത്തോന്നാം. അവിടെ ജീവിച്ചാൽ മായയിൽ നിന്ന് രക്ഷപ്പെടാനും കഴിയും. അതൊരു പുനർജനി നൂഴലാണ്. വി.കെ.എൻ.ന്റെ തട്ടകമായ തിരുവില്വാമലയിൽ പുനർജനിയുടെ അർത്ഥകൽപനകൾ ലളിതമാണ്. ആഴത്തിലോളം പോയി തിരിച്ചു വരികയാണത്. ഉദരത്തിലോളം പോയി തിരിച്ചുവരിക. അനുഭവങ്ങളുടെ അഗാധതകളിൽ ചെന്നെത്തി തിരിച്ചുപോരുന്ന ഒരാൾക്ക് എല്ലാറ്റിനും നേരെ തുപ്പാനാണ് തോന്നുക. ഒരുതരം റിഡക്ടീവ് തിങ്കിങ്ങ്. വി.കെ.എൻ.ന്റെ ഹാസ്യത്തിന്റെ, പരിഹാസത്തിന്റെ ഉറവയിതാണ്.

ദേവസ്വത്തിൽ പോകുമ്പോൾ ദേവനെ അറിയാം എന്നതുപോലെ അധികാരത്തിന്റെ അകത്തളങ്ങളിലെത്തുമ്പോൾ രാജാവിനെയുമറിയാമെന്ന് വി.കെ.എൻ. വെളിപ്പെടുത്തിയിട്ടുണ്ട്. വി.കെ.എൻ.ന്റെ കൃതികളിൽ പശ്ചാത്തലമായി ദില്ലിയും അവിടത്തെ അന്തഃപുരരഹസ്യങ്ങളും വരാനിടയാക്കിയ സാഹചര്യം പത്രപ്രവർത്തകനെന്ന നിലയിൽ ചെലവിട്ട വർഷങ്ങളാണ്. അധികാരത്തിന്റെ അടുക്കളയിൽത്തന്നെയായിരുന്നു വി.കെ.എൻ. അകലെ നിന്ന് എത്ര സൂക്ഷിച്ചു നോക്കിയാലും കാണാനാകാത്തത് അടുക്കളയിൽ നിന്ന് വ്യക്തമായി കാണാം. പത്രപ്രവർത്തകർ ധിക്കാരികളാണ്. അവർ ആരെയും ബഹുമാനിക്കാറില്ല. ഈ ബഹുമാനക്കുറവിനുള്ള ഒരു കാരണം അടുത്തുകാണുന്തോറും ബഹുമാനിക്കാവുന്നതായി ആരെയും കാണാനില്ല എന്നതു കൂടിയാണ്. അധികാരകേന്ദ്രങ്ങളുമായി അടുത്ത ബന്ധം സൂക്ഷിക്കുന്നതുകൊണ്ട് അധികാരം എത്രമാത്രം ജുഗുപ്സാവഹമാണെന്ന് പത്രപ്രവർത്തകർക്ക് തിരിച്ചറിയാനാകും. ദില്ലിക്ക് മുകളിൽ തലസ്ഥാനമില്ലാത്തതു പോലെ ദില്ലിയിലിരിക്കുന്നവർക്കു മുകളിലും ആരുമില്ല. ഈ ചുറ്റുപാടിൽ എല്ലാം ഒരു കുത്തൊഴുക്കായി മാറാം. ശിവന്റെ ജടയിൽ നിന്ന് ഗംഗയൊഴുകുന്നതുപോലെയാണ് അധികാരത്തിന്റെ അസഭ്യപദങ്ങൾ വി.കെ.എൻ. കൃതികളിൽ ഒഴുകിവരുന്നത്. പിൽക്കാല വി.കെ.എൻ. രചനയായ 'കാവി'യിൽ ഇതു വളരെ വ്യക്തമാണ്. മുമ്പ് പരിചയിച്ച ദേവസ്വവും ദില്ലിയും ചേർന്നപ്പോഴാണ് 'കാവി' രൂപപ്പെട്ടത്.

വാക്കിന്റെയും അധികാരത്തിന്റെയും ആത്മീയതയുടെയും ഒക്കെ ഉള്ളറകളിലേക്കാണ് അദ്ദേഹം സഞ്ചരിച്ചത്. വി.കെ.എൻ. ഒരിക്കലും ഭാഷയിലെ ഉദാത്തതയെ അംഗീകരിച്ചില്ല. ഉദാത്തതയെ തകർക്കുമ്പോൾ കലമ്പുന്ന ചില്ലുപാളികളായി വി.കെ.എൻ.ന്റെ ഭാഷ മാറുന്നുണ്ട്. വാക്കുകളിൽ വികാരവും ചിരിയും അധികാരവും സൂക്ഷിച്ചിരിക്കുന്നു. വാക്ക് ശിഥിലമാക്കി മറ്റു രൂപം നൽകുന്നത് ഒരു വ്യവസ്ഥയെ ശിഥിലീകരിച്ച് മറ്റു ബന്ധങ്ങളുണ്ടാക്കുന്നതുപോലെയുള്ള പ്രവർത്തനമാണ്. നമുക്ക് ആംഗ്ലോ-ഇന്ത്യൻ സമുദായമുള്ളതുപോലെ ഇന്തോ-ആംഗ്ലിക്കൻ വാക്കുകളുമുണ്ട്. ഇതൊരു തുടർച്ചയാണ്. വാക്കുകളെ പരിഷ്കരിക്കുകയല്ല വാക്കു കിട്ടുമ്പോൾ കഥയുണ്ടാക്കുകയാണ് വി.കെ.എൻ. ചെയ്യുത്. വാക്കിനകത്ത് കഥയുണ്ടെന്ന് അദ്ദേഹം കണ്ടെത്തി. വൈരക്കല്ലു കിട്ടിയാൽ മാലയുണ്ടാക്കുന്നതുപോല. വാക്കിനുള്ള ഒഴികഴിവായി കഥ മാറി. ലോകഘടനയെയും സമൂഹഘടനയെയും അധികാരഘടനയെയും സാൻമാർഗ്ഗിക ഘടനയെയും ഒക്കെ തകർക്കുകയാണ് വാക്കിലൂടെ വി.കെ.എൻ. ചെയ്യുതെന്ന് കാണാം. ഈ സ്വാതന്ത്ര്യത്തിന്റെ പ്രേരകഘടകം ദില്ലിയിൽ ചെലവിട്ട കാലമാകാം. തനിക്ക് പങ്കാളിത്തമില്ലാതെ ജീവിതത്തെ കാണാനാവുന്ന ഒരിടമാണ് ദില്ലി. അവിടെയിരുന്നു കേരളത്തിലേക്ക് നോക്കിയാൽ കേരളം ഒരു നാടകമാണെന്ന് കാണാം. ചരിത്രത്തെയും ഭൂമിശാസ്ത്രത്തെയുമെല്ലാം അദ്ദേഹം കാണുന്നത് ഒരു നാടകമായാണ്. വാണിയംകുളം ചന്തയും മൊസാമ്പിക്കും അമേരിക്കയും ഒക്കെ വി.കെ.എൻ.ന്റെ കാഴ്ചയിൽ ഒരുപോലെയാണ്. കാലത്തിലെ ദൂരവും ചരിത്രത്തിലെ ദൂരവും അവിടെ ഹ്രസ്വമാണ്. കാവ്യാത്മകമായ അകലം എന്നു വിളിക്കാവുന്ന ഈ ദൂരക്കാഴ്ച പങ്കാളിത്തമില്ലാത്ത ഒരവസ്ഥയുടെ കൂടി നിദർശനമാണ്.

വാക്കിന്റെ അർത്ഥം മാത്രമല്ല വ്യാകരണവും വി.കെ.എൻ.ന്റെ ഭാഷയിൽ തകർന്നു പോകുന്നുണ്ട്. ലോകത്തിൽ ഏറ്റവും വിശ്വാസ്യതയുള്ളതെന്ന് കരുതിയ ഗണിതത്തെ വൈക്കം മുഹമ്മദ് ബഷീർ തകർത്തതുപോലെയാണിത്. കണക്കും അനുഭവവും ഒന്നല്ല എന്ന യുക്തിയാണ് ഒന്നും ഒന്നും ചേർന്നാൽ ഇമ്മിണ്ണി ബല്ല്യ ഒന്ന് എന്ന ബഷീറിയൻ കണ്ടെത്തൽ. അനുഭവത്തിന്റെ യുക്തിയാണിത്. നമ്മളുണ്ടാക്കിയ ലോകത്തിന്റെ യുക്തി നമ്മളനുഭവിക്കുന്ന ലോകത്തിന്റെ യുക്തിയാണ് എന്നാണിതിനർത്ഥം. നമ്മുടെ അനുഭവവും ലോകത്തിന്റെ വീക്ഷണവും തമ്മിലുള്ള വൈരുധ്യത്തെക്കുറിച്ചോർത്ത് വിഷാദിക്കുകയാണ് ചങ്ങമ്പുഴ ചെയ്യുത്. ലോകത്തോട് ഒരേസമയം വൈകാരികമായ അടുപ്പവും അകൽച്ചയും പുലർത്തുകയാണ് ബഷീർ ചെയ്യുത്.

വി.കെ.എൻ. ഒരിക്കലും വികാരപ്രകടനത്തിന് മുതിരാറില്ല. സാഹിത്യ അക്കാദമിയുടെ ചുമതലക്കാർക്ക് അദ്ദേഹമെഴുതിയ കത്തിൽ ഇക്കാര്യമുണ്ട്. തിരുവില്വാമലയിൽ നിന്നും തൃശ്ശൂരിലേക്കുള്ള ദൂരം കൂടിയിരിക്കുന്നു എന്നാണ് വി.കെ.എൻ എഴുതുന്നത്. യാത്രാപ്പടി കൂട്ടണം എന്നല്ല. ആവശ്യം എന്ന അനുഭവം കൊണ്ട് ചട്ടപ്പടി കാര്യങ്ങളെ മറികടക്കുന്നതിനുദാഹരണമാണിത്. വി.കെ.എൻ.ന്റെ കമന്റുകളിൽപ്പോലും ഇതു കാണാം. 'മാനദണ്ഡം' എന്ന മുണ്ടശ്ശേരികൃതിയുടെ ചുവടുപിടിച്ച് പുറത്തിറക്കിയ ഒരു പ്രസിദ്ധീകരണത്തിൽ വന്ന ലേഖനത്തോട് വി.കെ.എൻ. പ്രതികരിച്ച രീതി ഇപ്പോഴും ഓർമ്മയിലുണ്ട്. നിരൂപകരുടെ പ്രാധാന്യം ഉറപ്പിച്ചു പറയുന്നതായിരുന്നു ലേഖനം. 'സർവ്വലോക നിരൂപകന്മാരെ സംഘടിക്കുവിൻ' എന്നായിരുന്നു അദ്ദേഹത്തിന്റെ ഉച്ചത്തിലുള്ള വെളിപ്പെടുത്തൽ.

വി.കെ.എൻ. കൃതികളിൽ അശ്ലീലം പറയുന്നു എന്നാക്ഷേപിക്കപ്പെട്ടിട്ടുണ്ട്. ഖുശ്വന്ത്സിങ്ങും അശ്ലീലം എഴുതാറുണ്ട്. പക്ഷേ വി.കെ.എൻ. രചനകളിലുള്ളത്ര നർമ്മം ഖുശ്വന്ത് സിങ്ങിലില്ല. മലയാളി ഉറക്കെപ്പറയുന്ന ശീലക്കാരാണ്. നാം ബ്രിട്ടീഷുകാരെപ്പോലെയല്ല. നമുക്ക് മണിപ്രവാള കൃതികളുണ്ട്. ചേർത്തലപൂരവും കൊടുങ്ങല്ലൂർ ഭരണിയുമുണ്ട്. അശ്ലീലം ചരിത്ര നിർമ്മാണത്തിന് എത്രത്തോളം ഉപയോഗിക്കാമെന്ന് പരീക്ഷിച്ചയാളാണ് വി.കെ.എൻ.

വാക്ക് വസ്തുവുമാണ് വസ്ത്രവുമാണ് എന്ന് വി.കെ.എൻ അറിഞ്ഞിരുന്നു. വാക്ക് ഒരേ സമയം വെളിപ്പെടുത്തുകയും മറയ്ക്കുകയും ചെയ്യുന്നുണ്ട്. വിപുലമായ വായനയിലൂടെ വി.കെ.എൻ. നേടിയത് ഒരുപാട് താക്കോലുകളാണ്. ഏതു പൂട്ടും തുറക്കാവുന്ന താക്കോലുകളും ഇവയിലുണ്ട്. പാശ്ചാത്യകൃതികളിൽ ലൈംഗികതയെക്കുറിച്ച് പരാമർശിക്കുന്നിടത്ത് ആവരണങ്ങളുണ്ട്. ഇന്ത്യൻ സാഹിത്യത്തിൽ ഇങ്ങനെയൊരവസ്ഥയില്ല. നമ്മുടേത് ഒരു വിശുദ്ധ സമൂഹമല്ല. വി.കെ.എൻ. കൃതികളിൽ ദൃശ്യമാകുന്ന ഞെട്ടിക്കുന്ന അനുഭവലോകം മറ്റു പല കൃതികളിലും ഇല്ല. നമ്മുടെ സമുദായ ഘടനയെ ചരിത്രമായും അതിനെ മറ്റൊരു ഭൂപടമായും വിസ്തരിക്കുന്നതിൽ വി.കെ.എൻ. മിടുക്ക് കാണിച്ചു.

അങ്ങേയറ്റം സൂക്ഷ്മമായി രാഷ്ട്രീയ ഉള്ളടക്കം രേഖപ്പെടുത്തപ്പെട്ട വി.കെ.എൻ. കൃതികൾക്ക് അർഹിക്കുന്ന വിധത്തിലുള്ള നിരൂപണ പരമ്പരകൾ കേരളത്തിലുണ്ടായിട്ടില്ല. ഇതിനുള്ള പ്രധാന കാരണം വി.കെ.എൻ. രചനകളിൽ ദൃശ്യമാവുന്ന അതിരുകവിഞ്ഞ അലങ്കാര ഭ്രമമാകാം. ഭാഷയിൽ മാത്രം ഭ്രമിച്ചുപോവുന്ന ഒരു സ്ഥിതി ഇതിന്റെ ഫലമായി ഉണ്ടായിട്ടുണ്ട്. ഭാഷയെ എടുക്കുകയും നാണ്വാരെ

വലിച്ചുകളയുകയുമാവാം. അലങ്കാരങ്ങളേറുമ്പോൾ അവ വിൽക്കുകയോ പണയംവെക്കുകയോ വിവാഹമോചനം നേടുകയോ ഒക്കെ ചെയ്യാം. നമുക്കാവശ്യമുള്ളതിൽ മാത്രം താൽപ്പര്യമെടുക്കാം. നർമ്മവും പരിഹാസവും വിരുദ്ധോക്തിയും അലങ്കാരനിബിഡതയും ദ്വന്ദ്വാർത്ഥവും ഒക്കെ ഇടകലരുന്ന വിചിത്രലോകമാണ് വി.കെ.എൻ. രചനകളുടേത്. ഭാഷയിലേക്ക് നേരിട്ട് കൂപ്പുകുത്തുന്ന ഇടശ്ശേരിയുടെ രീതി നമുക്ക് വി.കെ. എന്നിൽ നിന്ന് പ്രതീക്ഷിക്കാനാവില്ല. ഇടശ്ശേരിയിൽ പുറത്തൊന്നുമില്ല. അകത്ത് ധാരാളമുണ്ട്. വി.കെ.എന്നിൽ പുറത്ത് ധാരാളമുള്ളതിനാൽ അകത്തേക്ക് പോകാൻ മറക്കുന്നു. പൂരം കാണാൻ പോയി മടങ്ങുമ്പോഴാണ് അവിടെ പ്രതിഷ്ഠയുണ്ടല്ലോ എന്നോർക്കുക. കുറേക്കാലം കഴിഞ്ഞ് കണ്ടുപിടിക്കാൻ വേണ്ടി വി.കെ.എൻ. ഒന്നും ഒളിച്ചുവെക്കുന്നില്ല. ഇപ്പോളെഴുതുന്നത് ഇപ്പോഴുള്ളവർക്ക് വേണ്ടിയാണ്.

തന്റെ രചനകളിൽ വി.കെ.എൻ. പ്രകടിപ്പിച്ചിട്ടുള്ള അഗാധമായ ചരിത്ര ബോധം ആരുടേയും ശ്രദ്ധ പിടിച്ചുപറ്റും. നോവലിസ്റ്റാവും മുമ്പ് തന്നെ പത്രപ്രവർത്തകനായ വി.കെ.എൻ. വർത്തമാനകാലത്തെ ചരിത്രകാരനാണ് പത്രപ്രവർത്തകനെന്ന് സാക്ഷ്യപ്പെടുത്തുന്നുണ്ട്. മറ്റുള്ളവരെഴുതിവെച്ചതു കൂട്ടിവെച്ച് ചരിത്ര നോവലെഴുതുന്നവരിൽ നിന്നും വളരെ വ്യത്യസ്തനാണ് താനെന്നും അദ്ദേഹം തെളിയിച്ചു. നാം കാലഘട്ടമറിയുന്നത് പത്രം വായിച്ചാണ്. പത്രമുണ്ടാക്കുന്നവരെ സംബന്ധിച്ചിടത്തോളം സംഭവങ്ങൾക്കെല്ലാം ഒരേ ടൈപ്പ്സെറ്റാണ്. സംഭവങ്ങൾ വക്രീകരണമോ അതിശയോക്തി കലർത്തലോ ഇല്ലാതെ അറിയാൻ പത്രപ്രവർത്തകർക്ക് കഴിഞ്ഞേക്കും. പച്ചമരുന്ന് പറിക്കുന്നതുപോലെയാണീ പ്രവൃത്തി. മായമില്ല, പക്ഷേ ഉണങ്ങിക്കഴിഞ്ഞാൽ കുറുന്തോട്ടിയും വേപ്പിൻവേരും ഒരുപോലെയാകുമെന്നേയുള്ളൂ. വി.കെ. എൻ. രചനകളിൽ വാക്കും വാക്യവും കഴിയുമ്പോൾ പ്രയോഗത്തിൽ ചരിത്രം വന്നുകൊണ്ടിരുന്ന അനുഭവമുണ്ട്. ഇക്കാര്യത്തിൽ ദേശത്തിന്റെ സ്വാധീനവും ഒട്ടും കുറവല്ല.

കലാസാഹിത്യരംഗം പ്രശ്നങ്ങൾ പ്രതികരണങ്ങൾ

1992 ഏപ്രിൽ 26, 27 തീയ്യതികളിൽ ചേർന്ന പുരോഗമന കലാസാഹിത്യസംഘത്തിന്റെ പെരുമ്പാവൂർ സമ്മേളനം അംഗീകരിച്ച നയരേഖ വർഗീയതയേയും വാർത്താവിനിമയ മാധ്യമ ങ്ങളുടെ സമഗ്രാധിപത്യ പ്രവണതയും ചൂണ്ടിക്കാണിച്ചുകൊണ്ട്, രണ്ടു ചേരികളില്ലാത്ത ഏക ധ്രുവലോകം രൂപം കൊള്ളുന്നതിനെക്കുറിച്ച് മുന്നറിയിപ്പു നൽകിയിരുന്നു. എല്ലാ ജനസമൂഹങ്ങളെയും ഏകമു ഖസംസ്കാരത്തിലേക്ക് വിളക്കിച്ചേർക്കുന്ന ആപൽക്കരമായ ഈ പ്രവണതയ്ക്കെതിരെ ഒരു സാംസ്കാരിക മഹാപ്രസ്ഥാനം കെട്ടിപ്പടു ക്കേണ്ടതിന്റെ ആവശ്യകതയും ആ രേഖ ഊന്നിപ്പറയുകയുണ്ടായി.

1993 ജൂലായ് 10,11 തീയ്യതികളിൽ സംഘത്തിന്റെ തൃശ്ശൂർ കൺവെൻഷൻ ചേരുമ്പോഴാകട്ടെ '92 ഡിസംബർ ആറ് നാം പിന്നിട്ടു കഴിഞ്ഞിരിക്കുന്നു. ഏതു വിപത്തിനെ ചെറുക്കാനാണോ നാം ശബ്ദമുയർ ത്തിക്കൊണ്ടിരിക്കുന്നത് ആ വിപത്ത് നമ്മുടെ തലയിൽ പൊട്ടിവീണ് നമ്മെ പൊള്ളിക്കാൻ തുടങ്ങിയിരിക്കുന്നു. അതിന്റെ പശ്ചാത്തലത്തിൽ വർഗീയത തണ്ടത്തരക്കതമുള്ള വർഗീയ ഫാസിസമായി വളർന്നു കഴി ഞ്ഞിരുന്നുവെന്നും സഹകരിക്കുകയോ മത്സരിച്ചു ജയിക്കുകയോ അല്ല മറുപക്ഷത്തെ സംഹരിക്കുകയാണ് അതിജീവനതന്ത്രം എന്നു വിശ്വസി ക്കുന്ന ഒരു പ്രത്യയശാസ്ത്രത്തെയാണ് ഇപ്പോൾ നേരിടുന്നതെന്നും നാം വ്യക്തമാക്കുകയുണ്ടായി.

ഒരുജനതയുടെ ഓർമ്മയിൽ നിന്ന് നാമങ്ങളും ഇതിവൃത്തങ്ങളും കവർന്നെടുത്ത് അവയെ മുന്നിൽ പ്രദർശിപ്പിച്ച് അധികാരത്തിന് മത്സരിക്കുന്ന ഫാസിസ്റ്റുരീതി ഇന്ന് കുറേക്കൂടി ശക്തമായിരിക്കുന്നു.

ഹിന്ദുത്വവാദികൾ കമ്യൂണിസ്റ്റ് മാനിഫെസ്റ്റോവിനെ ഭഗവത്ഗീതകൊണ്ടു പകരം വച്ച് രാഷ്ട്രീയ പ്രചരണം നടത്തുന്നു. 'നീ വെറും ഉപകരണം' എന്ന ഗീതവാക്യം ഉദ്ധരിച്ച് അവർ എല്ലാ ഫാസിസ്റ്റ് ഭീകരതകളെയും സാധൂകരിക്കുന്നു. തിലകനും ഗാന്ധിജിയും ഗീതയെ വ്യാഖ്യാനിച്ചുകൊണ്ടാണ് ദേശീയ രാഷ്ട്രീയ സമരങ്ങൾക്ക് നേതൃത്വം നൽകിയത്. ഇന്ന് ഹൈന്ദവ ഫാസിസ്റ്റുകൾ എതിരാളികളുടെ ഉന്മൂലനത്തിന് അതേ ഗീതയെത്തന്നെ കരുവാക്കുന്നു. ഗാന്ധിജിയുടെ ഉന്മൂലനത്തിന് ഇതേ യുക്തികളാണ് ഉപയോഗിക്കപ്പെട്ടതെന്ന് നാം മറന്നുകൂടാത്തതാണ്.

ആഗോള മൂലധനത്തിന്റെ അനിയന്ത്രിത വ്യാപനം ദേശീയതയെ നിരാസ്പദമാക്കുന്നു. ദേശീയ രാഷ്ട്രമെന്ന സങ്കൽപ്പത്തെ അത് കീഴ്മേൽമറിക്കുന്നു. ലോകത്തിലെ എല്ലാ ഭരണകൂടങ്ങൾക്കും വേണ്ടി തലക്കുറികൾ തയ്യാറാക്കപ്പെട്ടിരിക്കുകയാണ്. ഏത് രാഷ്ട്രീയത്തിന്റെ പ്രശ്നങ്ങൾക്കും ആ കുറിപ്പുകളിൽ നിന്നേ പരിഹാരമുള്ളൂ എന്ന് അവർ വരുത്തിയിരിക്കുന്നു. പുലികൾ പുല്ലുതിന്നാൻ പരിശീലിപ്പിക്കപ്പെടുന്ന കാലമാണിത്. പുലികളുടെ കേമത്തം പുല്ലുതിന്നലിലാണെന്ന് പുലികൾ തന്നെ വിളിച്ചുപറയാൻ ഇടയാവുകയും ചെയ്യുന്നു.

പോസ്റ്റ് മോഡേൺ യുഗമെന്നാണ് അവർ നമ്മുടെ കാലത്തെ വിളിക്കുന്നത്. നമുക്കു വഴികാട്ടാൻ ആകാശത്ത് നക്ഷത്രങ്ങൾ ഉദിക്കുന്നില്ല, ഉദിച്ച നക്ഷത്രങ്ങൾ അണഞ്ഞുപോയിരിക്കുന്നു. പ്രത്യയശാസ്ത്രങ്ങൾ മരിച്ചുപോകുന്നു എന്നും ചരിത്രം അവസാനിച്ചു എന്നുമുള്ള ഉദ്ഘോഷങ്ങളാണ് നമ്മുടെ കാതുകളിൽ വന്നലയ്ക്കുന്നത്. അതുകൊണ്ട് ഓരോ ആൾക്കും അയാളുടെ നാട്ടുവഴിമാത്രമല്ലെന്നും അങ്ങനെ അനേകം വഴികൾ ഉണ്ടാകുന്നുവെന്നും ഏതു വഴിയിലൂടെയും സഞ്ചരിക്കാമെന്നും അതുകൊണ്ട് അതിരുകളില്ലാത്ത സ്വാതന്ത്ര്യത്തിന്റെ കാലമാണ് പോസ്റ്റ് മോഡേൺ എന്നുമാണ് വ്യാഖ്യാനം. അപ്പോഴും സുഡാനിലും അഫ്ഗാനിസ്ഥാനിലും അമേരിക്ക ബോംബിടുകയും ലോകം കണ്ണും കാതുമടച്ചിരിക്കുകയും ചെയ്യും. നിരപരാധികളുടെ ശരീരം ആർക്കോ വേണ്ടി തകർന്നു ചിതറുന്നതും പുതിയ സ്വാതന്ത്ര്യത്തിന്റെ അർത്ഥം തന്നെയായി മനസ്സിലാക്കപ്പെടുന്നു. ഭാവനയുടെ പുറമ്പോക്കുകൾക്കെല്ലാം സർവേ നമ്പറുകൾ വീണുകൊണ്ടിരിക്കുന്നു എന്നതാണ് ഇന്നത്തെ പ്രശ്നം. നാം സങ്കൽപ്പിക്കുന്നതും അതിനപ്പുറവും ദൃശ്യമാധ്യമങ്ങളിൽ പെട്ടെന്ന് പ്രത്യക്ഷപ്പെടുന്നു. എല്ലാ ജോലികളും കമ്പ്യൂട്ടറിനെ ഏൽപ്പിച്ച് മനുഷ്യർക്ക് കയ്യുംകെട്ടി ഇരിക്കാമെന്നായിരിക്കുന്നു. മനുഷ്യർ പതുക്കെപ്പതുക്കെ അധ്വാനത്തിൽ നിന്ന് അകലുന്നു.

ഭാവനയുടെ മരണം ജീവിതത്തെ അതിസാധാരണമാക്കുന്നു. വിസ്മയങ്ങളൊന്നുമില്ലാത്ത വികാരങ്ങളില്ലാത്ത വ്യക്തിബോധം നഷ്ടപ്പെടുന്ന ശുഷ്ക സംഭവങ്ങളുടെ യാന്ത്രികഗതി കൈവരിക്കുന്ന ജീവിതരീതിയായിരിക്കുന്നു നമ്മുടേത്. അവിടെ രഹസ്യങ്ങളില്ല. നിഗൂഢതകളില്ല. വിപണിയധിഷ്ഠിത അടുക്കളയും കിടപ്പറയും ശരീരവും മനസ്സും കയ്യേറുകയാണ്. നമ്മുടെ ഏതനുഭവവും എല്ലാവരുടേയും അനുഭവങ്ങളാകുന്നു. അതായത് നാം വേറിട്ട് അനുഭവങ്ങളില്ലാത്തവരായിത്തീരുന്നു എന്നർത്ഥം. കലയിലും സാഹിത്യത്തിലും രചനയുടെ വ്യാകരണങ്ങളും രീതികളുമാണ് ഇന്ന് ഏറെ ചർച്ചചെയ്യപ്പെടുന്നത്. അനുഭവരാഹിത്യത്തിന്റെ സത്യവാങ്മൂലങ്ങളാകുന്ന ഇത്തരം ചർച്ചകൾ നമ്മെ എവിടെ എത്തിക്കാനാണ്?

തൊഴിൽ ചെയ്താണ് മനുഷ്യൻ സംസ്കാരം സൃഷ്ടിച്ചതും വളർത്തിക്കൊണ്ടുവന്നതും. ജീവിതത്തിന്റെ മറ്റു മണ്ഡലങ്ങളിലെന്നപോലെ സാഹിത്യത്തിലും കലയിലും അധ്വാനമുണ്ട്. ഒരു ശിൽപ്പനിർമ്മിതി, വിയർത്തുകൊണ്ടുള്ള അധ്വാനം തന്നെയായിത്തീരുന്നു. ഈ പോസ്റ്റ് മോഡേൺ കാലത്ത്, ഇന്ന്, അത് പഴങ്കഥയാകുന്നു. ശിൽപ്പമെന്നു പറഞ്ഞ് നിങ്ങൾക്ക് എന്തും എടുത്തുകാട്ടാം. ശൂന്യമായ ക്യാൻവാസും മികച്ച ചിത്രമാണെന്നു വാദിച്ചു നിൽക്കാം. തൊഴിൽ, മനുഷ്യന് അന്യമാകുന്ന ഈ അവസ്ഥ സമൂഹത്തിൽ തൊഴിലാളിയെ ഇല്ലാതാക്കുന്നുവെന്നും തൊഴിലാളി ഇല്ലാതാകുമ്പോൾ തൊഴിലാളിവർഗവും ഇല്ലാതാകുന്നുവെന്നും വാദിച്ചുനിൽക്കാം. അപ്പോൾ വിപ്ലവത്തിനു നേതൃത്വം നൽകേണ്ടതാർ എന്ന ചോദ്യം ഉയർത്താനുമാ കുന്നു.

ആഗോളവത്ക്കരണം നമ്മുടെ കലയിലും സംഭവിക്കുന്നുണ്ട്. കഥകളി മാത്രമല്ല ഇന്നു നമ്മുടെ ക്ലാസിക്ക് കല. കഥകളിയോടൊപ്പം 'കഥക്കും' 'ഒഡീസ്സി'യും നമ്മുടെ മുൻപിലെത്തുന്നു. ചൈനീസ് ഓപ്പറയും ജാപ്പനീസ് നാടകവും കടന്നുവരുന്നു. ആസ്വാദനത്തിന്റെ മുൻപിൽ തലയാട്ടി താളംമുട്ടി ഇരിക്കാൻ പുതിയ തലമുറയ്ക്കാവില്ല. ശാസ്ത്രീയ സംഗീതം കേട്ടാലും പോപ്പ് സംഗീതം കേട്ടിട്ടെന്നപോലെ അവർ ഇളകിയാടുന്നു.

സമൂഹത്തിന്റെ പഴയ ഘടന പൊട്ടിത്തകരുകയാണ്. മൂല്യങ്ങൾ ചവിട്ടിമെതിക്കപ്പെടുന്നു. പിടിച്ചുനിൽക്കാൻ വൈക്കോൽ തുരുമ്പുകളും ഇല്ലാതാകുന്നു. സ്വാതന്ത്ര്യം കനത്ത ഭാരമായി ജനങ്ങളെ അലട്ടുന്ന ഈ സാഹചര്യമുപയോഗിച്ച് ഫാസിസ്റ്റുകൾ നീണ്ട ചുവടുവയ്പുമായി കടന്നുവരുന്നു. നമ്മുടെ ഭാരങ്ങൾ ഇറക്കിവയ്ക്കാൻ അവർ മതത്തിന്റെ, വംശീയതയുടെ ആദ്യരക്തത്തിന്റെ അത്താണികളൊരുക്കിവയ്ക്കുന്നു.

അവർ സ്വാതന്ത്ര്യത്തിന്റെ ഭാരം നമ്മിൽ നിന്ന് എടുത്തുമാറ്റുന്നു. സംശയിക്കരുത്, ചോദ്യം ചെയ്യരുത്, ദൃഢമായി വിശ്വസിക്കുന്നതിൽ ചകിതമാകുന്ന മനുഷ്യമനസ്സുകൾക്ക് കറുപ്പായിത്തീരുന്നു. എനിക്ക് എന്റെ ജീവിതമെന്ന് ഉഴറുന്നവർ ഫാസിസത്തിന്റെ ഇരമ്പത്തിൽ മൗനംകൊള്ളുന്നു. മൗനമുദ്രിത മനസ്സുകളിൽ ഫാസിസം പതുക്കെ സ്വന്തം താവളങ്ങൾ പരത്തുന്നു. അവർക്ക് സാന്ത്വനമേകാൻ എത്രയോ തന്ത്രങ്ങളുണ്ട്! രക്ഷാബന്ധൻ, മന്ത്രം, തന്ത്രം, മനുഷ്യ ദൈവങ്ങൾ എന്നിവയെല്ലാം രക്ഷാകവചമായി തീരുന്നു. ഫാസിസത്തിൽ രക്ഷ ഒരാളിൽ മാത്രം നിക്ഷിപ്തമാണ്. ഭക്തനു ലഭിക്കുന്ന സമാധാനം ഫാസിസത്തെ പിൻതുണയ്ക്കുന്നവർക്കും കൈവരുന്നു. സംശയങ്ങളില്ലാതെ പ്രവർത്തിക്കുക, ഇതാണ് ഫാസിസത്തിന്റെ പ്രഖ്യാപനം. ഇത് വ്യക്തിയെ നിഷേധിക്കുന്നു. സമൂഹത്തെ നിഷേധിക്കുന്നു. മാനവികതയെ തന്നെ നിഷേധിക്കുന്നു. മാനവികതയെ തന്നെ നിഷേധിച്ചുകൊണ്ട് ഉന്മത്തമായ ഒരാൾക്കൂട്ട ദേശീയതയെ അടിച്ചേൽപ്പിക്കുന്നു.

സ്ത്രീകൾക്ക് നേരെയുള്ള കടന്നാക്രമണങ്ങളും കയ്യേറ്റങ്ങളും പതിന്മടങ്ങ് വർദ്ധിക്കുന്നത് നാം കാണുന്നു. സ്ത്രീ വിമോചനത്തിനുള്ള തിരിച്ചടിയായി ഇതിനെ വ്യാഖ്യാനിച്ച് സ്ത്രീകൾ വീടിന് പുറത്ത് ഇറങ്ങരുത് എന്ന് മതമൗലികവാദികൾ ശഠിക്കുന്നു. ശരീരഭാഗങ്ങളൊന്നും പുറത്തു കാട്ടാതെ വസ്ത്രധാരണം ഒരു രാജ്യത്തിന്റെ നിയമവ്യവസ്ഥയായിത്തീരുന്നു. ഫാസിസവും സ്ത്രീകൾക്ക് ഒരൊറ്റ ധർമ്മം മാത്രമാണ് അനുശാസിക്കുന്നത്, “വീരന്മാരായ പുത്രന്മാരെ പ്രസവിക്കുക.” എല്ലാവരും അനുകൂലിച്ചുകൊണ്ടുതന്നെ ഭംഗിയായി പരാജയപ്പെടുത്താൻ നമുക്ക് കഴിഞ്ഞുവല്ലോ. സ്ത്രീയുടെ വ്യ ക്തിത്വം അംഗീകരിക്കപ്പെടാൻ ഇനിയും കടമ്പകളേറെ കടക്കാനിരിക്കുന്നു.

ഉണരുന്ന ദളിതരെ കൈകാര്യം ചെയ്യാനും ഫാസിസം നന്നായി പഠിച്ചിരിക്കുന്നു. ആദിവാസികളുടെ ചെവിയിൽ നിങ്ങൾ വാല്മീകങ്ങളാണെന്ന് മന്ത്രിക്കുകയും വാല്മീകിയുടെയും രാമന്റെയും രക്ഷിതാക്കൾ നിങ്ങളാണെന്നു പറയുകയും ചെയ്യാൻ ഫാസിസ്റ്റുകൾ അറച്ചുനിൽക്കുന്നില്ല. സവർണ സംസ്കാരത്തെ അധിനിവേശിപ്പിച്ച് ദളിതസംസ്കാരത്തെ കീഴ്പ്പെടുത്താനും അവർ വഴികൾ ഉണ്ടാക്കുന്നു. ചാത്തൻ ശ്രീശാസ്താവായി രൂപാന്തരപ്പെടുന്നു. കാവുകൾ ഭഗവതീക്ഷേത്രങ്ങളായി പുനർരൂപീകരിക്കപ്പെടുന്നു. ബ്രാഹ്മണ കർമ്മങ്ങൾ അന്തസ്സിന്റെ ചിഹ്നങ്ങളായി മാറുന്നു. അവ ചൂടി നിൽക്കുന്ന ദളിതന്റെ ചുമലിൽ സാംസ്കാരിക കോളോണിയലിസത്തിന്റെ നുകം വെച്ചുകൊടുക്കുന്ന സവർണാധിപത്യത്തിന്റെ അതിജീവനതന്ത്രം വിജയിക്കുകയാണ്.

മാധ്യമ വ്യവസായത്തിന്റെ പിൻതുണയോടെ സാംസ്കാരിക വൈവിധ്യങ്ങളെ തുടച്ചുമാറ്റി ഏകമുഖ സംസ്കാരത്തിലേക്ക് ജനങ്ങളെ നയിക്കുവാൻ പാടുപെടുന്ന ഒരു ലോകമാണ് നമുക്കു ചുറ്റുമുള്ളത്. നടപ്പും ഇരിപ്പും ആഗ്രഹങ്ങളും സ്വപ്നങ്ങളും നമുക്കായി മുൻകൂർ തയ്യാറാക്കിവെക്കുന്ന ലോകം തുന്നിവെച്ച കുപ്പായങ്ങളിലേക്ക് കടന്നുകൂടുക മാത്രമേ നാം ചെയ്യേണ്ടതുള്ളൂ. പൊള്ളയായ ഈ ജീവിതത്തിന്റെ ഉള്ളിലേക്ക് മതവും ജാതിയും വിദ്വേഷവും അസഹിഷ്ണുതയും കടത്തിവിടാൻ എത്ര എളുപ്പം. ആഗോളതലംതൊട്ട് പ്രാദേശികതലംവരെ ഒരേ ചരടിൽ ജീവിതം കോർക്കപ്പെടുമ്പോൾ ജനാധിപത്യം അസ്തമിക്കുകയും ഫാസിസം വിജയിക്കുകയും ചെയ്യുന്നു.

മനുഷ്യ വിരുദ്ധമായ ഈ അവസ്ഥക്കെതിരെ നിൽക്കുകയല്ല, അവസ്ഥയ്ക്ക് കീഴ്പ്പെടുകയാണ് പോസ്റ്റ്മോഡേൺ കല ചെയ്യുന്നത്. ആഗോളവൽക്കരണത്തിന്റെ കലയാണ് പോസ്റ്റ് മോഡേൺ കല. അനുഭവങ്ങളെന്നപോലെ ധീരതയും എഴുത്തിൽ നിന്നു ചോർന്നുപോകുന്നു. രീതികളിൽ മാത്രം ഊന്നുകയും സത്യം മറച്ചുവെക്കാൻ അത് ഉപയോഗപ്പെടുത്തുകയും ചെയ്യുന്നു. ഒന്നും ജീർണതയല്ലെന്നു പറഞ്ഞ് ജീർണതയെ അത് ഉയർത്തിപ്പിടിക്കുന്നു. ഒന്നും അധാർമ്മികതയല്ലെന്നു പറഞ്ഞു അധാർമികതയെ വാഴ്ത്തുന്നു. അശ്ലീലത്തിന് പുതുവ്യാഖ്യാനങ്ങൾ നൽകി അശ്ലീലം എഴുതുന്നതിനെ ന്യായീകരിക്കുന്നു.

ഈ തകർച്ച നമ്മെ വ്യാകുലപ്പെടുത്തുന്നുണ്ട്. നിരാശരാക്കുന്നുണ്ട്. എന്നാൽ വ്യാകുലതയും നിരാശയും ചരിത്രത്തിൽ ആദ്യമല്ലെന്ന് നാമറിയണം. അദ്യകാലമുതലാളിത്തം ഇതുപോലൊരു തകർച്ചയിലേക്ക് ലോകത്തെ എടുത്തെറിഞ്ഞിട്ടുണ്ട്. സമൂഹത്തിന്റെ രൂപവും ഘടനയും അന്നു വല്ലാതെ ഉലയുകയും മാറുകയും ചെയ്തു. ഇത് ഉളവാക്കിയ പരിഭ്രാന്തിയുടെ നിലവിളി അക്കാലത്തെ പല സാഹിത്യകൃതികളിൽനിന്നും നാം കേട്ടിട്ടുണ്ട്. അന്നും ഭാവനയുടെ നാശത്തെക്കുറിച്ച് നാം കേട്ടു. ശാസ്ത്രമായിരുന്നു അന്നത്തെ വിനാശകാരി. ഈ വിനാശത്തെ, തകർച്ചയെ വരച്ചുകാട്ടിക്കൊണ്ടാണ് അന്ന് റിയലിസം പ്രബലമായത്.

എന്നാൽ ലോകം തകർന്നൊടുങ്ങില്ലെന്നും ലോകം കരകയറുമെന്നും ലോകം അതിജീവിക്കുമെന്നും സ്വപ്നം കാണാൻ കാറൽ മാർക്സിനു കഴിഞ്ഞു. അങ്ങനെയാണ് യാഥാർത്ഥ്യത്തിന് സ്വപ്നത്തിന്റെ ഒരു തലം കൂട്ടി നൽകിക്കൊണ്ട് സോഷ്യലിസ്റ്റ് റിയലിസം പ്രത്യക്ഷപ്പെടുന്നത്. നാളെയിലുള്ള ഈ വിശ്വാസം ധീരമായ മനുഷ്യമുന്നേറ്റങ്ങൾക്ക് പ്രേരകമായി. സോഷ്യലിസ്റ്റ് റിയലിസത്തെ പഴിക്കാനും അപലപിക്കാനും അപവദിക്കാനും മുതലാളിത്തത്തിന്റെ വൈതാളികൻമാർ

മുന്നോട്ടുവരികയുണ്ടായി. പക്ഷേ ചരിത്രം അവർക്കൊപ്പമുണ്ടായിരുന്നില്ല എന്നതു ചരിത്രം.

സോഷ്യലിസ്റ്റ റിയലിസമാണ് പുരോഗമന സാഹിത്യത്തെ സൃഷ്ടിച്ചത്. മനുഷ്യന്റെ ഭാവിയിൽ വിശ്വാസം പ്രഖ്യാപിച്ചുകൊണ്ട് മാറ്റത്തിന്റെ വക്താക്കളായി പുരോഗമന സാഹിത്യകാരന്മാർ ലോകത്തിന്റെ മുൻപിൽനിന്നു. പഴയ ഫാസിസ്റ്റ ഭീകരതയുൾപ്പെടെയുള്ള എല്ലാ പ്രതിസന്ധികൾക്കു മുൻപിലും അവരുറച്ചുനിന്നു.

പിൽക്കാല മുതലാളിത്തം ആഗോളവൽക്കരണത്തിലൂടെ വീണ്ടും നമ്മെ വ്യവസ്ഥാനിരാസത്തിന്റെ നീർച്ചുഴിയിലേക്ക് വലിച്ചെറിയുകയാണ്. ഈ തകർച്ചയുടെ വിഭ്രാന്തികൾ നമ്മെ വേട്ടയാടുന്നു. ഇക്കോളജി ഒരു പ്രധാന പ്രശ്നമാകുന്നത് ലോകത്തിന്റെ ബാലൻസ് നഷ്ടപ്പെട്ടു എന്ന തോന്നൽ അഗാധമായിക്കൊണ്ടിരിക്കുന്ന ഇത്തരം ഒരു പശ്ചാത്തലത്തിലാണ്.

ഈ തകർച്ചയെ നാം നേരിട്ടേ മതിയാകൂ. ചരിത്രത്തെ നിരസിക്കുകയല്ല ഉൾക്കൊള്ളുകയാണ് വേണ്ടത്. ചരിത്രത്തിൽനിന്നും പുറത്തു കടക്കാതെ ചരിത്രത്തിൽത്തന്നെ നിന്നുകൊണ്ട് നാളെയിലേക്കു നോക്കാൻ നമുക്ക് എന്തുകൊണ്ട് കഴിയാതിരിക്കണം? ചരിത്രം അവസാനിക്കുന്നില്ലെന്നും പുതിയ ലോകത്തിന്റെ ക്രമക്കേടുകൾ തന്നെ നമ്മെ വീണ്ടും വീണ്ടും ബോധ്യപ്പെടുത്തിക്കൊണ്ടിരിക്കുമ്പോൾ?

തൊഴിലും തൊഴിലാളിവർഗവും ഇല്ലാതാകുന്നില്ല. അവ ലോകത്തെ നിർമ്മിക്കുന്ന വഴിയുടേയും വർഗത്തിന്റെയും പേരുകളാണ്. കഠിനമായി തൊഴിൽ ചെയ്യുകയും എന്നിട്ട് പട്ടിണികിടന്നു മരിക്കുകയും ചെയ്യേണ്ടിവരുന്ന കോടികൾ ലോകത്തെമ്പാടുമുണ്ട്. അവർ സംഘടിതരല്ല. മുഖ്യധാരയിൽ അവർക്കു പ്രവേശനമില്ല. അവരുടെ ശബ്ദം ആരും കേൾക്കുന്നില്ല. സംഘടിത തൊഴിലാളി വർഗത്തിന്റെ തൊഴിൽ നഷ്ടം മാത്രമാണ് ചർച്ചചെയ്യപ്പെടുന്നത്. അവരുടെ സംരക്ഷണം പ്രശ്നമാകുന്നു. പതുക്കെ അവർ ഭരണ വ്യവസ്ഥയുടെ ഭാഗമാവുകയും അരാഷ്ട്രീയവൽക്കരിക്കപ്പെടുകയും ചെയ്യുന്നു. അപ്പോഴും തൊഴിലെടുത്തിട്ടും വിശന്നുമരിക്കുന്ന വളരെ വലിയ ഒരു ജനതയെ ആരും കാണുന്നില്ല.

പ്രത്യയശാസ്ത്രത്തിന്റെ മരണവും മൂല്യത്തകർച്ചയും പോലെയുള്ള സൈദ്ധാന്തിക ലീലകൾ ഒരു ന്യൂനപക്ഷത്തിന്റെ പ്രശ്നം മാത്രമാണെന്ന് സൂക്ഷ്മ വിശകലനത്തിൽ കാണാം. അതുകൊണ്ടുമാത്രം നമുക്ക് നാളെയിൽ വിശ്വാസം നഷ്ടപ്പെടേണ്ടതില്ല. വർഗവൈരുദ്ധ്യം അവാസ്ഥവമാണെന്ന് പെരുമ്പറയടിക്കേണ്ടതില്ല. നാളെയുടെ പാട്ടുപാടുക

ഒട്ടും എളുപ്പമല്ല, ഇന്നുമാത്രമല്ല ഒരിക്കലും. വിഷംതീനികളെന്ന് പുരോഗമന സാഹിത്യകാരന്മാരെ കേസരി വിശേഷിപ്പിച്ചു. തകർച്ചയുടെ ഈ നാളുകളിലും പുരോഗമന സാഹിത്യകാരന്മാർ വിഷം തീനികളായി പ്രവർത്തിച്ചേ മതിയാകൂ. എല്ലാരംഗത്തും ജനാധിപത്യം നമുക്കു വീണ്ടെടുക്കണം. മാധ്യമവ്യവസായത്തിന്റെ ഉപജാപങ്ങളെ തിരിച്ചറിയാം. ആഗോള മൂലധനത്തിന്റെ നുഴഞ്ഞുകയറ്റത്തെ തടയണം. ജനങ്ങളുടെ മുൻപിൽ കയറിനിന്ന് സുഖകരമായ മുദ്രാവാക്യങ്ങൾ മുഴക്കി ജനങ്ങളെ ആഗോള മുതലാളിത്തത്തിന്റ കടലിൽ മുക്കിക്കൊല്ലുന്ന ഫാസിസ്റ്റു തന്ത്രങ്ങൾ അറിയണം. ജനതയുടെ സാംസ്കാരിക ചിഹ്നങ്ങളെ ആയുധങ്ങളാക്കി നടത്തുന്ന രാഷ്ട്രീയ പ്രവർത്തനങ്ങളെ സാംസ്കാരികമായി നേരിടാൻ കഴിയണം. പുരോഗമനസാഹിത്യകാരന്മാർക്കല്ലാതെ മറ്റാർക്കാണ് ഇതിനു കഴിയുക? ജീർണതയുടെ തത്വശാസ്ത്രങ്ങൾക്കപ്പുറത്ത് ജീവിതത്തിന്റെ കൊടിപ്പടമുയർത്താൻ എങ്ങനെയെല്ലാം പ്രവർത്തിക്കണം എന്നാണ് പുരോഗമന കലാസാഹിത്യസംഘം അന്വേഷിക്കേണ്ടത്.

അസാമാന്യമായ ഒരു സാമാന്യാനുഭവം

ഒരു ജീവചരിത്രം അല്ലെങ്കിൽ ആത്മകഥ ഒരു ദേശത്തിന്റെയും ഒരു കാലത്തിന്റെയും പലപ്പോഴും ഒരു സമുദായത്തിന്റെയും ആത്മകഥ ആയിത്തീരാറുണ്ട്. കാരണം നാം ജനിച്ചു വീഴുന്നത് നാം ഇഷ്ടപ്പെടാതെ ഇഷ്ടപ്പെട്ടുകൊണ്ട് ഒരു ജാതിയിലോ ഒരു മതത്തിലോ ഒരു ദേശത്തിലോ ഒരു പ്രത്യേക കാലഘട്ടത്തിലോ ആണ്. അതുകൊണ്ടു നമ്മുടെ ജീവിതത്തെ നിർണ്ണയിക്കുന്ന ഒരു ഘടകം അഥവാ ഘടന നമ്മുടെ സമുദായത്തിന്റെ ഘടനയും നമ്മുടെ കാലഘട്ടത്തിന്റെ ഘടനയും നമ്മുടെ ദേശത്തിന്റെ സ്വഭാവവുമാണ്.

ഞാൻ വരുന്നത് വിരിച്ചിട്ട പായപോലെ, തലയണയില്ലാതെ വിരിച്ചിട്ട പായപോലെ, കുന്നും കുഴിയുമില്ലാത്ത കൊടുങ്ങല്ലൂർ എന്ന നാട്ടിൽ നിന്നാണ്. അവിടെ ബ്രാഹ്മണർക്ക്, നമ്പൂതിരിമാർക്ക് പ്രവേശനമില്ല. നമ്പൂതിരി ഇല്ലങ്ങളില്ലാത്ത ഒരു നാട്ടിൽ നിന്നാണ്. അതുകൊണ്ട് ഈ ജീവിതം ഞങ്ങൾക്ക്-ആ കരയിലുള്ളവർക്ക്- അന്യമായ ഒരു ജീവിതമാണ്. പുഴയുടെ അക്കരെ മാന്തിട്ട മനയുണ്ട്. മാന്തിട്ട മനയ്ക്ക് കൊടുങ്ങല്ലൂർ കോവിലകവുമായി നിരന്തരബന്ധമുണ്ടായിരുന്നു. അക്കാലത്ത് എന്നു പറയുന്നത് ഞങ്ങളുടെ കാലത്ത്. ഇത് ദേവകി നിലയങ്ങോടിന്റ ആത്മകഥ മാത്രമല്ല; കാലത്തിൽ ഞങ്ങളുടെ ആത്മകഥകൂടിയാണ്. ഞങ്ങളൊരേ തലമുറയിൽപ്പെട്ടവരാണ്. അതിനു മുൻ തലമുറയിൽപ്പെട്ട ആളുകളായിരുന്നു വി.ടി.ഭട്ടതിരിപ്പാടും സഹോദരൻ അയ്യപ്പൻമാഷും യുക്തിവാദി എം.സി.ജോസഫും ഒക്കെയടങ്ങുന്ന വഴികാട്ടികളുടെ ഒരു വലിയ കൂട്ടം. അതുകൊണ്ട് ഞങ്ങൾ ജനിച്ചുവളർന്നത് താരതമ്യേന തുറന്ന ഒരു കാലത്തിലേക്കാണ്. തൊള്ളായിരത്തിമൂന്നിൽ ഇന്ത്യയിലെ, അല്ലെങ്കിൽ ഇന്ത്യയിലെ നവോത്ഥാന

ചരിത്രത്തിലെ ഒരസാധാരണസംഭവം, ഇവിടെ എസ്.എൻ.ഡി.പി ഉണ്ടായി എന്നതാണ്. ഇവിടെ അവർണ്ണർ മാർഗ്ഗദർശനം ചെയ്യുന്ന ഒരു നവോത്ഥാനപ്രസ്ഥാനമുണ്ടാവുകയും തൊള്ളായിരത്തി ഏഴിൽ യോഗക്ഷേമസഭയും തൊള്ളായിരത്തി പന്ത്രണ്ടിൽ ഞങ്ങളുടെ നാട്ടിൽ, ഞങ്ങളുടെ അയലത്ത് കെ.പി.കറുപ്പന്റെ-പണ്ഡിറ്റ് കെ.പി.കറുപ്പന്റെ-കല്യാണദായിനിസഭയും ഉണ്ടായി. ഈ കല്യാണദായിനി സഭയിൽ നിന്നാണ് ഞങ്ങളൊക്കെ പുസ്തകമെടുത്ത് വായിച്ചിരുന്നത്. കഴിഞ്ഞാഴ്ച അവിടെവെച്ചാണ് അയ്യപ്പന് സമ്മാനം നേടാൻ കഴിഞ്ഞത്. സഭ കൊടുത്ത സമ്മാനം ആയിരുന്നു അത്. ഈ പണ്ഡിറ്റ് കെ.പി.കറുപ്പനാണ് വളരെ പ്രസിദ്ധനായ ബാലാകലേശ് വിവാദത്തിന്റെ ഉടമയെന്ന് നാം അറിയുന്നത്.

എറണാകുളത്തെ ദിവാൻസ് റോഡിലുള്ള ഒരു ചെറിയ വീട്ടിൽ, അന്ന് അരയന്മാർക്ക് അതായത് മുക്കവർക്ക് നഗരത്തിൽക്കൂടി നടക്കാൻ അവകാശമില്ലായിരുന്നു. അതുകൊണ്ട് അവർ കടൽത്തീരം വഴി നടന്ന് ചുറ്റിപ്പോകണം; വളഞ്ഞ് മൂക്കുതൊടണം എന്ന് ശാഠ്യമുണ്ടായിരുന്നു. അങ്ങനെയുള്ള ഒരു സമുദായത്തിൽപ്പെട്ട കെ.പി. കറുപ്പനെയാണ് ടി.ഡി.എം ഹാളിനരികെയുള്ള സാഹിത്യ കുശലൻ ടി.കെ.കൃഷ്ണമേനോന്റെയും സാഹിത്യസഖി ടി.സി.കല്യാണിയമ്മയുടെയും വീട്ടിൽ അദ്ദേഹത്തോടൊപ്പമിരുന്ന് സംസാരിക്കുന്നതായിട്ട് കേരളത്തിലെ പ്രബുദ്ധനായ ഒരു മനുഷ്യൻ കണ്ടുമുട്ടിയത്- ഇവിടെ ചരിത്രത്തിലില്ലാത്ത ഒരു കാര്യം ഞാൻ പറയാം. ടി.കെ.കൃഷ്ണമേനോനും കറുപ്പനും ഇരുന്നു സംസാരിക്കുന്നു. ഒരു പോലെയിരുന്നു സംസാരിക്കുന്നു. നമുക്ക് ചിന്തിക്കാൻ പറ്റാത്ത ഒരു കാര്യം. കാരണം കറുപ്പന്റെ സമുദായത്തിൽപ്പെട്ട് ആളുകൾക്ക് വളരെ വളഞ്ഞ വഴിയിൽക്കൂടി നടന്ന് അപ്പുറത്ത് കൂടി പോകാനേ സാധിക്കുകയുള്ളൂ. നഗരത്തിലേക്ക് കടക്കാൻ കഴിയില്ല- പെട്ടെന്നദ്ദേഹം ക്രുദ്ധനായി. നമ്മുടെ പ്രബുദ്ധനായ മനുഷ്യൻ കോപിച്ച് എഴുന്നേറ്റു പോകുകയും കറുപ്പനെയൊക്കെ ഒപ്പമിരുത്തുകയോ എന്ന് കൃഷ്ണമേനോനോട് ചോദിക്കുകയും ചെയ്തു എന്നൊരു കഥയുണ്ട്. ആരാണ്? ഏതാണ്? എന്നൊന്നും തീർച്ചയായും എന്നോടു ചോദിക്കരുത്. അതാരുമാകാം. ഇത് ഒരു കാലഘട്ടത്തിന്റെ ചരിത്രമാണ്. അതാണ് പിന്നീട് ഒരു വലിയ വിവാദമായി ഉയരുകയും കേരളത്തിന്റെ ചരിത്രത്തിലെ ഒരു പ്രധാനപ്പെട്ട അദ്ധ്യായമായിത്തീരുകയും ചെയ്തത്. അദ്ദേഹത്തിന്റെ ഓർമ്മ ഞങ്ങളുടെ മനസ്സിലുള്ളത്, ഞങ്ങളുടെ കോളജിലെ അധ്യാപകനായിരുന്ന പണ്ഡിറ്റ് കറുപ്പൻ. അതിനുമുമ്പ് അദ്ദേഹം എറണാകുളം ജംഗ്ഷനടുത്തുള്ള,

സൗത്തിനടുത്ത, പെൺപ്പള്ളിക്കൂടത്തിലെ അദ്ധ്യാപകനായിരുന്നു. അദ്ദേഹത്തെ അദ്ധ്യാപകനായി നിയമിച്ചപ്പോൾ അവിടത്തെ നായർ പ്രമാണിമാരെല്ലാം ചേർന്ന് ഒരു പെറ്റീഷൻ എഴുതിക്കൊടുത്തു. മുക്കുവൻ പഠിപ്പിക്കുകയാണെങ്കിൽ ഞങ്ങളുടെ കുട്ടികൾക്ക് ടി.സി തരണം എന്നായിരുന്നു ആ അപേക്ഷയുടെ ചുരുക്കം. അത് രാജാവിന്റെ കൈയിലാണ് കിട്ടിയത്. രാജാക്കന്മാർക്ക് വിപ്ലവകാരികളാകാം എന്ന് കാണിച്ച ഒരു സന്ദർഭമായിരുന്നു. പണ്ഡിറ്റ് കറുപ്പന്റെ സുഹൃത്ത് കൂടിയായ രാജാവ് അത് വാങ്ങിയിട്ട് ഇവർക്ക് ടി.സി. കൊടുക്കുക എന്ന് താഴെ എഴുതിക്കൊടുത്തു. അതോടുകൂടി ആ വിപ്ലവവും അവസാനിച്ചു എന്നു പറയാം. ഇത് വലിയ ചരിത്രസംഭവമാണ്. എന്നിട്ട് കറുപ്പൻ എന്ന വെളുത്ത് സുമുഖനായ ദൃഢഗാത്രനായ ആ മനുഷ്യന് (കറുപ്പൻ കറുത്തിട്ടായിരുന്നില്ല) കോളജിലേക്ക് സ്ഥാനക്കയറ്റം കൊടുത്ത് നിയമിക്കുകയും അദ്ദേഹം രാജഭക്തിയിൽ കൂടി സ്വാതന്ത്ര്യം നേടുകയും ചെയ്തിരുന്നു.

നമ്മുടെ നവോത്ഥാന പ്രസ്ഥാനത്തിന് ഒരുപാട് മുഖങ്ങളുണ്ട്. ശ്രീനാരായണഗുരു, "ബ്രിട്ടീഷുകാർക്കെതിരെ സ്വാതന്ത്ര്യസമരമോ? അവരല്ലേ നമുക്ക് സ്വാതന്ത്ര്യം തന്നത്'' എന്ന് ചോദിച്ചതായി പറഞ്ഞുകേട്ടിട്ടുണ്ട്. അതിനെപ്പറ്റി എനിക്കൊന്നുമറിയില്ല. അതായത് സ്വാതന്ത്ര്യത്തിന് എത്ര അർത്ഥമുണ്ട് എന്ന് നാം മനസ്സിലാക്കുന്നത് അവിടെയൊക്കെ വെച്ചാണെന്ന് ഇപ്പോൾ മനസ്സിലാക്കുന്നത്. നമ്മൾ ചാരിക്കിടന്ന് ചരിത്രം വായിക്കുന്ന ആളുകളാണ്. സ്വാതന്ത്ര്യം തന്നെ ജീവിതം എന്നെഴുതിയ കുമാരനാശാന് സ്വാതന്ത്ര്യബോധമില്ലാതിരുന്നു എന്ന് നാം കുറേക്കാലം കരുതിപ്പോന്നിരുന്നു. ഇന്ന് നാമത് മാറ്റിമനസ്സിലാക്കുകയും പുതിയ സന്ദർഭത്തിൽ സ്വാതന്ത്ര്യത്തിന്റെ അർത്ഥത്തെ വീണ്ടും വിലയിരുത്തുകയും ചെയ്യുകയാണ്. അതുകൊണ്ട് മാടമഹീശമംഗളം എന്ന് കൊച്ചിരാജാവിന് മംഗളമെഴുതിയ കെ.പി.കറുപ്പൻ മറ്റൊരു രംഗത്തിൽ, മറ്റൊരു തലത്തിൽ സ്വാതന്ത്ര്യത്തിന്റെ അതി തീക്ഷ്ണമായ ഭാവങ്ങൾ കാണിക്കുകയും കേരളത്തിലെ ഏറ്റവും വലിയ സ്വാതന്ത്ര്യഭടന്മാരിലൊരാളായിത്തീരുകയും ചെയ്യുന്നുണ്ട്. 'ജാതിക്കുമ്മി' എഴുതിയ കെ.പി.കറുപ്പൻ എന്നുപറയാം. അത് കുമാരനാശാന്റെ പ്രസ്ഥാനത്തിനുമുമ്പായിരുന്നു എന്നുകൂടി ഓർക്കണം.

അതുകൊണ്ട് സ്വാതന്ത്ര്യസമര പ്രസ്ഥാനത്തിന് എത്ര മുഖമുണ്ട് എന്ന ചോദ്യം ഇന്നും വളരെ പ്രസക്തമായിത്തീരുന്നത് നമ്മുടെ സ്വാതന്ത്ര്യസമരം അവസാനിക്കുകയും സ്വാതന്ത്ര്യസമരത്തിൽ സംയോജിപ്പിക്കപ്പെട്ടിരിക്കുന്ന സമുദായങ്ങൾ ഭിന്നിച്ചുപോകുകയും ചെയ്യുന്ന ഒരു കാലത്താണ്. സ്വാതന്ത്ര്യമാണ് ഇന്ത്യയിലെ നാനാത്വത്തെ

ഏകത്വമാക്കിത്തീർത്തത് എന്നു നമുക്കറിയാം. അത് ഒരു പഴയ ക്ലീഷേയാണല്ലോ, നാനാത്വത്തിൽ ഏകത്വം എന്നുള്ളത്.

അതുകൊണ്ടുതന്നെ ഈ നാനാത്വത്തെ, ഈ നാനാത്വത്തിൽ അപ്പുറത്തുള്ള ഒരു ലക്ഷ്യത്തിൽ തൊടുക്കുകയും സ്വാതന്ത്ര്യസമരപ്രസ്ഥാനത്തിൽ ടി.കെ.മാധവനും വള്ളത്തോളും വി.ടി യും എല്ലാവരും ചേർന്നിട്ടുള്ള ഒരു മുഖമുണ്ടായിത്തീരുകയും ചെയ്യുന്നത് അക്കാലത്താണ്. ഇന്ന് ഒരുപക്ഷേ നമുക്ക് സ്വാതന്ത്ര്യം ഒരു സ്വപ്നമല്ല, ഒരു യാഥാർത്ഥ്യമാണ്. ഇപ്പോൾ വിഷമം പിടിച്ചിട്ടുള്ള ഒരു കാര്യം ഇതാണ്. സ്വപ്നം കാണാൻ ഉണർന്നിരിക്കുമ്പോൾ കഴിയില്ല എന്ന വലിയ വിഷമം. ഭാസൻ പണ്ടൊരിക്കൽ പറഞ്ഞതാണ്, ഉറക്കം വരാത്തതുകണ്ട് രാത്രി എനിക്കു നിന്നെ സ്വപ്നം കാണാൻ പോലും കഴിയുന്നില്ലല്ലോ എന്ന്. ഉണർന്നിരിക്കുന്ന നമുക്ക് ഇന്ന് സ്വാതന്ത്ര്യം സ്വപ്നംകാണാൻ പോലും കഴിയാതെ വന്നിരിക്കുന്നു. ഇതാണ് യഥാർത്ഥത്തിൽ ക്രൂരത എന്നു പറയുന്നത്. നാൽപ്പത്തിയേഴ് ആഗസ്റ്റ് പതിനാലാം തീയ്യതി രാത്രി 12 മണിക്ക് ഞങ്ങളൊക്കെ ഉണർന്നിരിക്കുമ്പോൾ, ഇനി സ്വപ്നം കാണാൻ കഴിയില്ല എന്നു മനസ്സിലാക്കിയത് ആ 12 മണി സമയത്താണ്. കാരണം അന്ന് ഞങ്ങളുടെ കൂട്ടുകാരെ എറണാകുളം കോളജ് ഗ്രൗണ്ടിലിട്ട് പാര കൊണ്ടടിക്കുകയായിരുന്നു. അവരുടെ തലപൊട്ടികിടക്കുന്നത് കണ്ടുകൊണ്ടാണ് ഞങ്ങൾ സ്വാതന്ത്ര്യം ആഘോഷിച്ചത്. അതുകൊണ്ട് സ്വാതന്ത്ര്യത്തിന്റെ നിറത്തിന് പലർക്കുമുള്ള ബോധമല്ല ഞങ്ങൾക്കുള്ളത്. സ്വാതന്ത്ര്യത്തിന്റെ നിറത്തിന് വേറെയെന്തോ തോന്നലാണ് വരിക. അങ്ങനെ സ്വാതന്ത്ര്യം എന്നുള്ളത് യാഥാർത്ഥ്യമായിത്തീരുകയും കിനാവല്ലാതായിത്തീരുകയും ചെയ്യുമ്പോൾ നമ്മുടെ ജീവിതം ഒരർത്ഥത്തിൽ ശിഥിലമാവുകയും നാം മറ്റു വ്യക്തികളെ മറ്റ് അവസ്ഥകളെ ഊന്നിപ്പറയാൻ തുടങ്ങുകയും ചെയ്യുന്ന ഒരവസ്ഥ ഇന്നുണ്ട്. തീർച്ചയായും അത് നമ്മുടെ വർത്തമാനകാല യാഥാർത്ഥ്യം ആണ്. ഒരുപക്ഷേ അതുപോലെയുണ്ടാവുന്ന മാറ്റമാണ് ഇവിടത്തെ ആ ഭ്രുവുടമാ സമ്പ്രദായത്തിലുണ്ടായ മാറ്റം. ഈ ഗ്രന്ഥത്തിന്റെ അവതാരികയിൽ ആറ്റൂർ അതിനെപ്പറ്റി പറയുന്നുണ്ട്. ഭ്രുവുടമാ സമ്പ്രദായത്തിൽ വന്ന മാറ്റം. ക്ഷേത്രപ്രവേശനത്തേക്കാൾ എത്രയോ ആയിരമിരട്ടി അധികമായിട്ട് ഇവിടത്തെ പാവങ്ങളെ മോചിപ്പിക്കുകയും അവരെ സ്വതന്ത്രരാക്കുകയും അവരെ അടിമകളല്ലാതാക്കുകയും ചെയ്യുന്നുണ്ട്. ക്ഷേത്രത്തിൽ പോകുന്ന കാലത്ത്, ക്ഷേത്രപ്രവേശനകാലത്ത് ഞങ്ങളൊക്കെ ജീവിച്ചിരുന്നവരാണ്. രണ്ടു ദിവസം പോകും; പിന്നെ വേറെ പണിയുണ്ട്. ക്ഷേത്രത്തിൽ പോയിക്കൊണ്ടിരുന്നാൽ പിന്നെ കണ്ടം കിളയ്ക്കാൻ കഴിയില്ല.

അതുകൊണ്ട് ക്ഷേത്രത്തിൽ പോയതിനുശേഷം വീട്ടുകാര്യങ്ങളിലേക്ക് പ്രവേശിക്കുകയും പിന്നീട് വീട്ടുകാര്യങ്ങൾ നോക്കുകയുമാണ് ചെയ്തിരുന്നത്. നേരെ മറിച്ച് ഭൂമിയിൽ നിന്ന്, ഭൂമിയുടെ ബന്ധനത്തിൽ നിന്ന് മോചിതനാവുകയും ഭൂമി തന്റേതാണെന്നു ബോധ്യപ്പെടുകയും ചെയ്യുന്ന ഒരു ഘട്ടത്തിലാണ് ഇവിടത്തെ സാമാന്യ ജനങ്ങൾ വിമോചിതരായി ത്തീരുന്നത്. അതോടുകൂടി നമ്മുടെ രാഷ്ട്രീയ സങ്കൽപ്പങ്ങൾക്ക് മറ്റൊരു മാറ്റം കൂടി ഉണ്ടാകുന്നുണ്ട് എന്ന് നാം മനസ്സിലാക്കുന്നു. ഈ പുതിയ മാറ്റങ്ങളെല്ലാം കൊണ്ട് മാറ്റിത്തീർന്ന ഒരു ലോകത്തിലാണ് നാം ജീവിക്കുന്നത്. പക്ഷേ, ഇങ്ങനെയുള്ള മാറിത്തീർന്നുകൊണ്ടിരിക്കുന്ന ഒരു ലോകത്തിലേക്ക് കടന്നുവരുന്ന ഒരു വ്യക്തി എന്നുള്ള നിലയിലാണ് ഇതിൽ നമ്മുടെ എഴുത്തുകാരി കേരളത്തെ കാണുന്നത്.

നമ്മുടെ ഘടനയെല്ലാം മാറുന്ന അവസ്ഥയുടെ രണ്ടാം ഘട്ടത്തെയാണ് തീർച്ചയായും ഈ ഗ്രന്ഥം നമ്മെ പറഞ്ഞു മനസ്സിലാക്കുന്നത്. അത് ഞങ്ങൾക്ക് ഞങ്ങളുടെ ജീവിതംപോലെ തെളിഞ്ഞ ഒന്നാണ്. ഞങ്ങൾ കടന്നുവന്ന അതേ വഴികളിൽ തിരിച്ചുനടക്കുമ്പോഴുണ്ടാകുന്ന അനുഭവം. ഇതുപോലെ ഒരുപാടനുഭവങ്ങളുണ്ട്. മാറ്റത്തിന്റെ കാലത്തുണ്ടാകുന്ന വലിയ അനുഭവങ്ങൾ. ഇപ്പൾ പറഞ്ഞാൽ ആരും വിശ്വസിക്കാത്ത അനുഭവങ്ങൾ. ഒരു അവർണ്ണൻ-ഞാൻ വെറുതെ വേറൊന്നും പറയാനില്ലാത്തതുകൊണ്ട് പറയുകയാണ്- കവിതയെഴുതീട്ട് കൊടുങ്ങല്ലൂർ ഗുരുകുലത്തിൽ ചെന്ന്- അവിടെ പട്ടിക്കാംതൊടിയുടെ ഗുരുനാഥൻ കൂടിയായ കൊടുങ്ങല്ലൂർ കൊച്ചുണ്ണിതമ്പുരാനുണ്ടായിരുന്നു. കൊച്ചുണ്ണി തമ്പുരാൻ സംഗീതത്തിന്റെ വലിയ ഒരു ഉസ്താദായിരുന്നു എന്നു നമുക്കറിയാം. ഒരുപാട് ഭാരിച്ച ശരീരമുള്ള വളരെ പാവമായ ഒരു മനുഷ്യൻ. അദ്ദേഹത്തെ ഞങ്ങളുന്ന്, ഞങ്ങളുടെ പ്രായം അതാണ്. പത്തുപന്ത്രണ്ട് പതിനാല് വയസ്സ് ഉള്ളപ്പോൾ കുരുത്തക്കേടുകളേ വായിൽ വരികയുള്ളൂ. പ്രവൃത്തിയും വരികയുള്ളൂ. അദ്ദേഹത്തെ ഇരിക്കുമ്പോൾ പരക്കുന്ന തമ്പുരാൻ എന്നാണ് പറഞ്ഞിരുന്നത്. ഇരിക്കുമ്പോൾ ഉള്ള വിസ്തീർണ്ണത്തേക്കാൾ കൂടുതൽ അദ്ദേഹം കുറച്ചുകഴിയുമ്പോഴുണ്ടാകും. കാരണം ഇരുന്നിങ്ങനെ പരന്നുകൊണ്ടിരിക്കുന്ന ഒരാളാണ്. ഒരു പക്ഷേ കേരളത്തിൽ അന്നത്തെ ഏറ്റവും വലിയ സംഗീതശാസ്ത്രജ്ഞന്മാരിൽ ഒരാൾ. അദ്ദേഹത്തിന്റെ അവിടെനിന്നാണ് ഈ കവി അയാളുടെ കവിതകളുടെ അവതാരിക എഴുതി വാങ്ങിയത്. കണ്ടു എന്നാണ് അയാളുടെ പേര്. അതിന് കൊച്ചുണ്ണി തമ്പുരൻ എഴുതിയ അവതാരികയിൽ 'കണ്ടുവിന്റെ കവിത കണ്ടു. കണ്ടു ഇനിയും എഴുതിക്കൊണ്ടിരിക്കണം.' കണ്ടു എന്ന വാക്കുകൊണ്ടുള്ള ഒരു പ്രയോഗമാണ് കൊച്ചുണ്ണിത്തമ്പുരാൻ എഴുതിയ

അവതാരികയിൽ ഉള്ളത്. അങ്ങനെ ഒരു മനുഷ്യൻ. അതായത് ഭ്രഷ്ടൻ, ലോകഭ്രഷ്ടനായ ഒരാളെപ്പോലെ, കാവ്യഭ്രഷ്ടനായ ഒരാൾ അലഞ്ഞു നടക്കുന്ന ഒരുനാട്. കവിതയും കൊണ്ട് അലഞ്ഞു നടക്കുന്ന ഒരാൾ. വീട്ടുതോറും ചെന്ന് പഴംകടലാസ്സുവാങ്ങുകയും, ആ കടലാസ്സിൽ തന്റെ കവിത അച്ചടിച്ചുവാങ്ങുകയും, കോവിലകത്തുചെന്നു തമ്പുരാനെക്കൊണ്ട് അവതാരികയെഴുതി വാങ്ങിക്കുകയും അത് ആർക്കും വേണ്ടാത്ത ഒരു ദിക്കിൽ വിൽക്കാൻ കൊണ്ടു നടക്കുകയും ചെയ്യുന്ന ഒറ്റ കവി. കവിത മാറ്റത്തിനുള്ള ഒരുപകരണമാണ് എന്ന് കരുതുന്ന കാലം. വാത്സ്യായനൻ പോലും പറഞ്ഞത് കവിതകൊണ്ട് വശീകരിക്കാം എന്നാണ്. വശീകരണ തന്ത്രങ്ങളിലൊന്ന് കവിതകളിൽ എന്നും ഇങ്ങനെ ഓമനക്കുട്ടൻ ഗോവിന്ദൻ ബലാരാമൻ എന്നിവരെക്കൂടാതെ കാമിനിമണിയമ്മതൻ എന്നു പറയുമ്പോൾ, അതാരാ എഴുതിയതെന്നു ചോദിക്കും. അതു നമ്മുടെ കവിയല്ലേ എഴുതിയതെന്നു ചോദിക്കും. അങ്ങനെ കവി എവിടെ എന്ന് അന്വേഷിക്കും. അങ്ങനെ തന്നെ അന്വേഷിച്ചുവരുന്നതിനുള്ള ഒരു കാരണമായിട്ടാണ് കവിതയെ ഉപയോഗിച്ചിരുന്നത്. അതുകൊണ്ടാണ് ഒരു പൂരപ്രബന്ധമെഴുതുന്നതെന്നും നമുക്കറിയാം. ഈ കാലഘട്ടത്തിൽ നിന്ന് കവിത സാഹിത്യം മാറ്റത്തിന്റെ ഒരു അടയാളമായിത്തീരുകയും ശ്രീനാരായണഗുരുവും ചട്ടമ്പിസ്വാമികളും ആലത്തൂർ ബ്രാഹ്മാനന്ദ സ്വാമി ശിവയോഗിയും സ്കൂൾ മാഷായിരുന്ന സഹോദരൻ അയ്യപ്പൻ മാഷ് പോലും കവിതയെഴുതുകയും ചെയ്തു എന്ന് നമുക്കറിയാം. കവിതകൊണ്ട് എന്തു ചെയ്യാം? കവിതകൊണ്ട് എന്തും ചെയ്യാം എന്നു പറഞ്ഞു. അതുകൊണ്ട് അദ്ദേഹം ശാസ്ത്രീയമായി ഒരു കവിതയെഴുതി ശാസ്ത്രകവിയായിത്തീരുകയും ആദ്ധ്യാത്മിക കവിതയെഴുതി ആദ്ധ്യാത്മിക കവിയായിത്തീരുകയും ചെയ്ത ഒരുകാലം. കവിത ഒരു ആയുധമായിത്തീരുന്ന കാലം. ഇങ്ങനെ ഒരു കാലം. ആത്മാഹുതി ഒരായുധമായിത്തീരുന്ന കാലം. ഇങ്ങനെ ഒരു കാലത്തെ മാറ്റിയെടുക്കാൻ എന്തെല്ലാം ഹോമിക്കാമോ, എന്തെല്ലാം ഹവിസ്സായിട്ട് ഉപയോഗിക്കാമോ അതെല്ലാം ഹോമിച്ചുകൊണ്ട്, സ്വന്തം ജീവിതംപോലും ഹോമിച്ചുകൊണ്ട് ഒരു കാലഘട്ടത്തിന്റെ അവസാനത്തെ പകുതിയെയാണ് വാസ്തവത്തിൽ ഈ ഗ്രന്ഥം തുറന്നു കാണിക്കുന്നത്. അതുകൊണ്ടാണ് ആ ഗ്രന്ഥത്തിന് ഈ പേരു വളരെ കൃത്യമായി വരുന്നത്.

കക്കാട് അദ്ദേഹത്തിന്റെ കവിതക്ക് 'സഫലമീയാത്ര' എന്നു പേരിടുകയായി. വേദനിച്ച് വേദനിച്ച് പിടയുമ്പോഴും കക്കാട് തന്റെ കവിതക്ക് പേരിട്ടത് തന്റെ ജീവിതം സഫലമാക്കിയിരിക്കുന്നു എന്നാണ്. വേദനയെ ഒരു പോസറ്റീവായി, അനുഭവമാക്കാൻ കഴിയുന്ന ആളുകളുണ്ട്.

കുരിശിൽ തറഞ്ഞ ക്രിസ്തുവിനെപ്പോലെ വേദനയിൽ തറഞ്ഞുപോയ ഒരു കക്കാടാണ് തന്റെ വേദനയെ സാമാന്യമായ കവിതയാക്കി രൂപാന്തരപ്പെടുത്തുകയും ഈ കവിതയിൽ തന്റെ സാഫല്യം കണ്ടെത്തുകയും ചെയ്യുന്നത്. തീർച്ചയായും ഈ ഗ്രന്ഥത്തിൽ ഇങ്ങനെയൊരു കാലഘട്ടത്തിൽക്കൂടി ജീവിച്ച പോന്ന, മാറ്റങ്ങൾ ആണ് വാസ്തവം എന്നു മനസ്സിലാക്കുവാൻ കഴിഞ്ഞ ഒരു ജീവിതത്തിന്റെ സാമാന്യമായ, സാധാരണമായ അനുഭവങ്ങൾ നിറഞ്ഞുനിൽക്കുന്നു. കാരണം ലോകത്തിൽ ഏറ്റവും വിഷമമുള്ളത് സാമാന്യ മനുഷ്യനായിരിക്കുകയാണ് എന്ന് ഈ ഗ്രന്ഥം വായിച്ചാൽ മനസ്സിലാവും. മുഖംമൂടിയില്ലാതിരിക്കുകയാണ്, അല്ലെങ്കിൽ പേഴ്സണാലിറ്റി ഇല്ലാതിരിക്കുകയാണ് വസ്തുവത്തിൽ ഏറ്റവും വിഷമം പിടിച്ച കാര്യം. പേഴ്സോണ എന്നത് ഒരു മാസ്കിന്റെ പേരാണ് എന്നും നമുക്കറിയാം. അതുകൊണ്ട് തന്റെ മുഖത്തൊരു മുഖംമൂടി അണിയുകയും ഞാനീ മുഖമാണെന്നു പറഞ്ഞു നടക്കുകയും ചെയ്യുന്ന ആളുകളുടെ നടുവിൽ നിന്നുകൊണ്ട് ഞാൻ ഞാനാണ് എന്നു പറയുവാൻ കഴിയുന്നത് അസാമാന്യമായി ധീരതയുള്ളവർക്ക്, വിനയമുള്ളവർക്ക് ഒരുപക്ഷേ യാഥാർത്ഥ്യബോധമുള്ളവർക്ക് മാത്രമേ കഴിയൂ. ഈ ഗ്രന്ഥത്തിൽ അങ്ങനെയൊന്നുണ്ട്. തികഞ്ഞ സ്വാഭാവികത എന്നുള്ള ഒട്ടും എളുപ്പമല്ലാത്ത, ഈ ലോകത്തിൽ ഏറ്റവും വിഷമം പിടിച്ച കാര്യം, ഒരു കാര്യം സ്വാഭാവികതയാണ്. പറയാൻ വളരെ എളുപ്പമുള്ളതും പ്രയോഗിക്കാൻ തീരെ കഴിയാത്തതുമായ ഒരു സാധാനമാണ് ജനാധിപത്യം എന്നുള്ളത്. നമ്മെ ലോകത്തിലുള്ള ആളുകൾ ഒഴെ എതിർക്കാതിരിക്കുന്ന കാലം വരെ നമുക്ക് ജനാധിപത്യം പറയാം. ആരെങ്കിലും എതിർത്താൽ നമ്മുടെ ജനാധിപത്യം തനിയെ പോകും എന്നു മനസ്സിലകും. അപ്പോൾ ഈ സ്വാഭാവികതയുടെ അസാധരണത്വം തീർച്ചയായും ഈ ഗ്രന്ഥത്തിലെ ഭാഷയുടെ അസാധാരണത്വം എന്നാണ്. അത് ഭാഷയ്ക്ക് സേവനം ചെയ്ത ആളുകളെപ്പറ്റി നീണ്ടുനീണ്ടു പോവുകയാണ്. നിവൃത്തിയില്ല. ഇവിടെത്തന്നെ ഒരു നാലു കിലോമീറ്റർ അപ്പുറത്തൊരു സ്ഥലത്തുവെച്ചാണ്- ഡോ.പി. കെ.ആർ. വാര്യർ അദ്ദേഹത്തിന്റെ സാമാന്യമായ രീതിയിൽ പുസ്തകമെടുത്ത് കുറേ കടലാസ്സെടുത്ത് എന്റെ കയ്യിൽ തന്നിട്ട് 'മാഷൊന്നു പോയി തെറ്റതിരുത്തണം' എന്നു പറഞ്ഞു. അപ്പോ വാര്യരോടു തർക്കിച്ചിട്ടു കാര്യമില്ലെന്നു മനസ്സിലായതുകൊണ്ട് 'കൊണ്ടുപോകാം ഞാൻ മാഷല്ലേ, ഞാൻ തെറ്റതിരുത്താം എന്റെ പണി ഇതല്ലേ, അതുകൊണ്ട് തെറ്റതിരുത്താം' എന്നു പറഞ്ഞു വാങ്ങിക്കൊണ്ടുപോയി. മനസ്സിലായത് ഇതുപോലെ എഴുതാൻ എനിക്ക് സാധിക്കില്ലല്ലോ എന്നാണ്.

അതുകൊണ്ട് ഒന്നും മാറ്റാതെ അത് അങ്ങനെത്തന്നെ അച്ചടിച്ചവരികയും മലയാളത്തിന്റെ ഒരാദർശമായി മാറുകയും ചെയ്യുന്നുണ്ട്. അങ്ങനെ രണ്ടു മൂന്നു പേരുണ്ട്. ഞങ്ങളെപ്പോഴും ഓർക്കുന്ന കാര്യം ഒന്ന് ഇന്ദുചൂഡൻ എന്ന നീലകണ്ഠഅയ്യരാണ്. നീലകണ്ഠഅയ്യർക്കുള്ള ഗുണം അദ്ദേഹം തമിഴ് സംസാരിക്കുകയും ഇംഗ്ലീഷ് പഠിപ്പിക്കുകയും ചെയ്ത് മലയാളത്തിൽ എഴുതി എന്നുള്ളതാണ്. എനിക്ക് മലയാളം അറിയില്ല എന്നെല്ലാവരോടും പറയും 'കേരളത്തിലെ പക്ഷികൾ' എഴുതിയ ഇന്ദുചൂഡൻ. മറ്റൊരാൾ മലയാളം വേണ്ടവിധം പറയാൻ കഴിയാതിരുന്ന ഡോകടർ അയ്യപ്പനാണ്. 'ഭാരതപ്പുഴമ' എഴുതിയ അയ്യപ്പൻ. ചരിത്രത്തിന് പുഴമ എന്നു പറയാം എന്ന് നമ്മളിപ്പോൾ ഓർക്കുന്നത് ഭാരതപ്പുഴമഅയ്യപ്പനെഴുതിയതുകൊണ്ടാണ്. അതുപോലെ മലയാളമെഴുതാൻ ഒരു മലയാളിക്കും ഇന്ന് കഴിയാതെയായിരിക്കുന്നു. അതാണ് വിദ്യാഭ്യാസത്തിന്റെ പ്രയോജനം.

വിദ്യാഭ്യാസം നമ്മെ സ്വാഭാവികതയിൽ നിന്ന്, സ്വാഭാവികത നൈതിക ബോധത്തിൽ നിന്ന് സ്വാഭാവിക ഭാഷാബോധത്തിൽ നിന്നും വളരെ ദൂരം വഴി തെറ്റിച്ചുകൊണ്ടു പോകുകയും നാം നാമല്ല എന്നു നമ്മെ ബോധ്യപ്പെടുത്തുകയും ചെയ്യുന്ന ഒരേർപ്പാടാണ്. ഇങ്ങനെ അപൂർവ്വം ആളുകളാണ് യഥാർത്ഥത്തിൽ ഒറ്റ പക്ഷിയെക്കുറിച്ച് എങ്ങനെ പറയാം എന്ന ചോദ്യത്തിന് ഉള്ള ഒരുത്തരം, നമുക്കാർക്കും കിട്ടാത്ത ഉത്തരമാണ് ഇന്ദുചൂഡന്റെ 'കേരളത്തിലെ പക്ഷികൾ' വായിച്ചാൽ ഉണ്ടാകുക. മലയാള ഭാഷയുടെ കാര്യത്തിനെക്കുറിച്ചുള്ള ബോധം. ഭക്ഷണത്തിനെന്തൊക്കെ പേര് എന്നുള്ളതറിയാൻ കുഞ്ചൻ നമ്പ്യാരുടെ കൃതികൾ വായിക്കണം. ഇങ്ങനെ എവിടെയൊക്കെയാണ് ഭാഷ തൊടുന്നത് എന്നറിയാൻ പലപ്പോഴും ഭാഷയെ നേരിട്ടു സ്പർശിക്കുന്ന ആളുകൾക്കുമാത്രമേ കഴിയൂ. അതുകൊണ്ട് കുടുംബത്തിലെ, ശരീരത്തിലെ, വസ്ത്രത്തിലെ, പാകം ചെയ്യുന്ന പാത്രത്തിലെ ഉപ്പിലെയും മുളകിലെയും ഭാഷാ യാഥാർത്ഥ്യം നമുക്ക് ബോധ്യപ്പെടുത്തിത്തരുന്ന ഒരു അസാമാന്യമായ സാമാന്യാനുഭവമാണ് തീർച്ചയായും ഈ ഗ്രന്ഥത്തിൽ ഉള്ളത്. തീർച്ചയായും ഈ ഗ്രന്ഥം പ്രകാശനം ചെയ്യാൻ കഴിഞ്ഞതിൽ വലിയ അഭിമാനമുണ്ട്. അത് രവിക്ക് കൊടുക്കാൻ കഴിഞ്ഞതിൽ അത്രതന്നെ അഭിമാനവുമുണ്ട്. നന്ദി.

കറന്റ് ബുക്സ് തൃശ്ശൂർ പ്രസിദ്ധീകരിച്ച ദേവകി നിലയങ്ങോടിന്റെ 'നഷ്ടബോധങ്ങളില്ലാതെ' എന്ന പുസ്തകം പ്രകാശനം ചെയ്തു നടത്തിയ പ്രഭാഷണത്തിൽ നിന്ന്

അനുഭവത്തിന്റെ അവകാശികൾ

ബോംബെ തെരുവുകളിലെ ഒരു തൊഴിലാളി, നമ്മുടെ ഏറ്റവും അനുഭവസമ്പന്നനായ നോവലിസ്റ്റിന്റെ ഒരു കൃതി വായിച്ചിട്ട് സംശയമില്ലാതെ പറഞ്ഞു: "ഇതിൽ നിങ്ങൾ വാഴ്ത്തുന്ന അനുഭവമൊന്നുമില്ല. ഞങ്ങളുടെ സാധാരണ ദിവസംപോലും ഇതിലും ഇടതൂർന്നതാണ്." ശരീരം മുഴുവൻ ജീവിതത്തിന്റെ മുറിപ്പാടുകൾ നിറഞ്ഞ അയാളെ മിഴിച്ചുനോക്കി ഞാൻ മിണ്ടാതിരുന്നു.

ജീവിതത്തിന്റെ ഒരു ഛേദം മാത്രമേ എഴുത്തുകാരനും അവതരിപ്പിക്കുന്നുള്ളൂ. ഏതാണ് മൂല്യവത്തായ, യുക്തമായ സാഹിത്യാനുഭവം എന്നതിനെക്കുറിച്ച് ഓരോ കാലത്തിനും ഓരോ സംസ്കാരത്തിനും അതിന്റെ അഭിപ്രായങ്ങളുണ്ട്. നങ്കൂരങ്ങളെല്ലാം അറ്റുപോയ ബൂർഷ്വാ പ്രഭാതത്തിൽ വ്യക്തി അലയുന്ന ഒരു നൗകയായിത്തീരുകയും മരണംപോലും ഒരു തുറമുഖമായിത്തീരുകയും ചെയ്യുന്നു. ആ കാലത്തിന്റെ കഥ ആശാൻ പച്ചമഷികൊണ്ടാണെഴുതിയത്. അന്ന് പ്രണയം മനുഷ്യാവസ്ഥയെ മുഴുവൻ ചിത്രീകരിക്കുന്ന ഒരു തുവലായിത്തീരുന്നു. അതുതന്നെ മോക്ഷമാർഗ്ഗത്തിന്റെ മൂല്യചർച്ചയായി, കുടുംബബന്ധങ്ങളുടെ വിമർശനമായി, രാമരാജ്യത്തിന്റെ ഫെമിനിസ്റ്റ് പാഠമായി, സാമുദായിക വിപ്ലവത്തിന്റെ ബീജശക്തിയായി, അക്കാലത്തിന്റെ ഉപരിഘടനയെ പലപാട് വിഘടനം ചെയ്യുന്ന കാവ്യഭാഷ്യമായിത്തീരുകയും ചെയ്യുന്നുണ്ട്. സ്നേഹംകൊണ്ടും ജീവിതത്തിന്റെ മർദ്ദം അളക്കാം. ഭംഗികളോട് (തോട്ടികളോട്) സമുദായം എങ്ങനെ പെരുമാറുന്നു എന്ന് നോക്കിയും നാം സമൂഹബന്ധങ്ങൾ അളന്നിരുന്നു. നിർമലമായ ഒരു വ്യവസ്ഥയുടെ ഉള്ളുകള്ളികൾ തോട്ടിയുടെ മകന് വെളിപ്പെടുത്താൻ കഴിയുന്നു. എത്ര പെട്ടെന്നാണ് നമുക്ക് നമ്മുടെ വൃത്തികെട്ട സമുദായത്തെക്കുറിച്ചുള്ള

വെളിപാടുണ്ടാകുന്നത്. അപ്പോൾ നാമുപയോഗിക്കുന്ന മഷിയുടെ നിറം പച്ചയല്ല. അതിന് നിറമേ ഇല്ല.

സ്നേഹംപോലും ഒരു ഭക്ഷണമാണെന്നും വയറ് ജീവിതത്തെ നിർവ ചിക്കുന്നുവെന്നും നമ്മുടെ ഒരു കവി പറയാറുണ്ടല്ലോ.

"തേവിടിശ്ശി, നീയെന്തിനേ കഞ്ഞി
തേവിവെച്ചതു, ചോറെനിക്കില്ലേ?"

വിശക്കുന്നവൻ വയറുകൊണ്ട് ചിന്തിക്കുന്നു. ലോക്കപ്പുമുറികളിൽ ഇടിയേറ്റ വർക്കി ഞെരിയുന്ന പേശികൾക്കൊണ്ടും നുറുങ്ങുന്ന എല്ലുകൾ കൊണ്ടുമാണ് ചിന്തിച്ചത്. സാമ്രാജ്യയുഗങ്ങളിലെ കവികൾ യുദ്ധത്തി ന്റെ ജയാപജയങ്ങൾകൊണ്ടാണ് മനുഷ്യചരിത്രം എഴുതിയിരുന്നത്. അപ്പോൾ ജയിക്കുന്ന രാജാവിന്റെ ജീവിതം ധീരോദാത്തമായി.

"പഞ്ചഭൂതങ്ങളോടങ്കമാടീടുമീ
പഞ്ചമരത്രെ പെരും പടയാളികൾ"

എന്ന പുതിയ പഞ്ചമവേദത്തിൽ അനുഭവത്തിന്റെ മൂല്യം വീണ്ടും നിർ വചിക്കപ്പെടുകയും ആരാണ് ഭൂമിയെ താങ്ങിനിൽക്കുന്ന ആദിശേഷൻ എന്ന അന്വേഷണം വീണ്ടും ആരംഭിക്കുകയും ചെയ്യുന്നുണ്ട്.

എങ്കിലും നമ്മുടെ സംശയം, അനുഭവമുള്ളവന് വാക്കുണ്ടാകുമല്ലോ എന്നാണ്. സാഹിത്യത്തിന്റെ പരിചിതസങ്കേതങ്ങൾ ലംഘിക്കപ്പെട്ട മ്പോഴെല്ലാം ഈ സംശയമുണ്ടായിരുന്നു. ബൂർഷ്വാ ജനകീയതയുടെ ആദ്യഘട്ടത്തിൽ, തന്റെ സമുദായഘടനയുടെ തകർച്ചയെക്കുറിച്ച്, താനിരിക്കുന്ന കോടതിയുടെ പൊരുളിനെക്കുറിച്ച് അന്വേഷിക്കുമ്പോൾ ചന്തുമേനോനും ഈ സംശയമുണ്ടായിരുന്നു. തന്റെ ജാതിയിലും തന്റെ റവന്യൂ ജുഡീഷ്യറികളിലും അനുഭവിച്ച ലോകമാണ് ചന്തുമേനോൻ ചിത്രീ കരിച്ചത്. ഇത് സാഹിത്യമല്ലെന്നും സാഹിത്യം കേരളവർമ്മയുടെ മയൂ രസന്ദേശത്തിലാണെന്നും മേനോൻ കരുതിയിരുന്നു. പക്ഷേ ചരിത്രം അങ്ങനെ കരുതിയിരുന്നില്ല. ഒരു സ്രഷ്ടാവായിരിക്കുമ്പോഴും സൃഷ്ടിയുടെ, മാധ്യമത്തിന്റെ ചരിത്രമാറ്റങ്ങളെക്കുറിച്ച് എഴുത്തുകാരൻ ഉണർന്നിരിക്ക ണമെന്നില്ല. നിരൂപകൻ ഉണർന്നിരിക്കണം എന്നുണ്ടുതാനും.

തൊഴിലാളികളുടെ അനുഭവത്തെക്കുറിച്ചുള്ള സാഹിത്യം അയൾക്ക് നിർമ്മിക്കുവാൻ കഴിയുമോ എന്ന സംശയവും ചരിത്രസംശയം മാത്രമാണ്. വാക്കും അനുഭവവും രണ്ടാണെന്ന തെറ്റിദ്ധാരണയാണിതി നൊരു കാരണം. നമ്മുടെ വലിയ കവികൾ കവികളായി ജനിച്ചവരല്ല. അവർ ചക്കാലന്മാരും കൊട്ടുകാരും മാലകെട്ടുകാരും നെയ്ത്തുകാരും ഏറ്റുകാരുമൊക്കെയാണ്.

മാലകെട്ടിലെന്തു കാണാനിരിക്കുന്നു എന്ന് ചോദിച്ചവരോട് രാമപുരം (ഉണ്ണായി?) പറഞ്ഞത്, നാളെ മാലകെട്ടുമ്പോൾ വരൂ എന്നാണ്. വേലയിൽനിന്ന് വിരിയുന്നതാണ് കവിത എന്നതും കവിതയുടെ ഒരു സത്യമാണെന്ന് ഈ പഴയ കവിക്കറിയാം.

വലിയ അനുഭവങ്ങളുടെ ലോകങ്ങൾ ഇന്നും നമുക്ക് പരോക്ഷമായി മാത്രമേ കാണാൻ കഴിയുന്നുള്ളൂ. അലമാലകളെപ്പറ്റി അറിയുന്നത് മണപ്പുറങ്ങളിൽനിന്നുതന്നെ ആകണമെന്നില്ല. ആ മണപ്പുറം തന്നെ എത്ര വികാരസങ്കുലമാണെന്ന് നാം കണ്ടുകഴിഞ്ഞതാണ്. കാളിദാസന്റെ മുക്കുവനിൽ നിന്നും തകഴിയുടെ മുക്കുവനിലേക്കുപോലും വലിയ ദൂരമുണ്ട്. അവിടെയും നാം അറിയുന്നത് റിപ്പോർട്ടു ചെയ്ത അനുഭവങ്ങളാണെങ്കിലും.

ലോകബോധത്തെ മുഴുവൻ മാറ്റിക്കൊണ്ടിരിക്കുന്ന ആഫ്രിക്കൻ, ലാറ്റിനമേരിക്കൻ അധഃകൃതസാഹിത്യത്തിന്റെയും സാഹിത്യ നിരൂപണത്തിന്റെയും മുന്നിൽ നിൽക്കുമ്പോഴും നമുക്ക് സംശയം സാഹിത്യോചിതമല്ലാത്ത അനുഭവങ്ങളും വാക്കുകളും അല്ലേ തൊഴിലാളികൾക്കുള്ളത് എന്നാണ്. എന്താണ് ഔചിത്യം എന്ന വലിയ വാതിൽക്കൽ നാം എത്തിച്ചേർന്നിരിക്കുന്നു. ഔചിത്യം നിർണ്ണയിക്കുന്നത് മനുഷ്യചരിത്രമാണ് എന്ന് അറിഞ്ഞിട്ടും അറിയുവാൻ നാം എത്രനേരമെടുക്കുന്നു!

ജൂലൈ 1988

തനിമയും പഴമയും

താനടക്കമുള്ള കേരളീയ സാഹിത്യകാരന്മാർ പാശ്ചാത്ത്യരെ അനുകരിച്ചത് തെറ്റായിപ്പോയി എന്നും കേരളീയവും ഭാരതീയവും ആയ ആഖ്യാനരീതികൾ പിന്തുടരുകയാണ് വേണ്ടിയിരുന്നത് എന്നും തകഴി ഈയിടെയായി പലപാട് ആവർത്തിച്ച് പറയുന്നുണ്ട്. സാർവദേശീയമായ അംഗീകാരം ഉണ്ടാക്കിത്തീർക്കുന്ന ഒരു പ്രതിസന്ധിയാണിത്. നോബൽ സമ്മാനം ലഭിച്ചതിനുശേഷം ടാഗൂറിന്റെ സാഹിത്യവീക്ഷണത്തിലും ഈ കുറ്റമാറ്റം സംഭവിച്ചിട്ടുണ്ട്. അപ്പോൾ ലോകത്തിന് സമർപ്പിക്കുവാൻ എഴുത്തുകാരന് സ്വന്തമായ മുഖം ആവശ്യമായിവരുന്നു. സ്വന്തമായ ഭാഷയും ഭക്ഷണവും കൈത്തറി വസ്ത്രവും നാം കണ്ടെത്തുന്നു. എത്ര വർണശബളമായിരുന്നു നമ്മുടെ പാരമ്പര്യ ഡിസൈനുകൾ. എത്ര സന്തുലിതമായ പോഷണമാണ് നമ്മുടെ കറികൾ പണ്ട് നൽകിയിരുന്നത്!

ഇത് വിമോചനത്തിന്റെ തത്വശാസ്ത്രമാണ്. രാഷ്ട്രീയത്തിനും ആയുർവ്വേദത്തിനും അക്യുപങ്ചറിനും വിമോചന തത്വശാസ്ത്രമുണ്ട്. ചരിത്രത്തിന്റെ പെരുവഴിയിലേക്കിറങ്ങിവരുവാൻ ആളുകളും നാട്ടുകളും തിടുക്കപ്പെടുമ്പോഴെല്ലാം തനിമയുടെയും പാരമ്പര്യത്തിന്റെയും മുദ്രാവാക്യങ്ങൾ ഉയരുന്നു. ദേശീയ പ്രസ്ഥാനക്കാർ വിദേശവസ്ത്രങ്ങൾ തീയിലേക്കെറിഞ്ഞു. പൊടിപിടിച്ച് പഴയചർക്ക ഗാന്ധിജി കണ്ടെടുത്തു.

"നമ്മൾ നൂറ്റ നൂലുകൊണ്ടു, നമ്മൾ നെയ്ത വസ്ത്രംകൊണ്ടു
നിർമ്മിതമിതനീതിക്കൊരന്ത്യാവരണം"

വസ്ത്രത്തനിമയിലുള്ള രാഷ്ട്രീയംപോലെ, സമാന്തര സർവകലാശാലകളുണ്ടാക്കിയ കാലത്ത് വിദ്യാഭ്യാസ രാഷ്ട്രീയത്തെക്കുറിച്ചും നമുക്ക്

ബോധമുണ്ടായിരുന്നു. മെക്കോളെ പ്രഭുവിൻനിന്നുള്ള വിമോചനമായിരുന്നു അന്ന് കവികളുടെ മുദ്രാവാക്യം.

"ഉയർന്ന വിദ്യാഭ്യാസ, മുടപ്പിൽത്തുന്നിച്ചേർക്കു
മുയർന്ന വിദ്യാഭ്യാസമെത്ര താഴ്ത്തീലാ നമ്മെ"

ഈ വരികളിലെ ഐറണി ഇന്ത്യൻ ജീവിതത്തിനാകെ വന്നുചേർന്ന അർത്ഥവിപര്യയത്തെയാണ് സൂചിപ്പിക്കുന്നതെന്ന് ഇന്ന് മനസ്സിലാകുന്നുണ്ട്. ബ്രിട്ടീഷ് ഭരണം ഇന്ത്യാ ചരിത്രത്തിലെ വിഷ്കംഭമാണെന്നും നമുക്ക് പൗരാണിക നാടകത്തുടർച്ചയിലേക്ക് മടങ്ങിപ്പോകേണ്ടെന്നും ഋഷിമാർ കണ്ടത് ലോകത്തിന്റെ അടിത്തട്ടുതന്നെയാണെന്നും കരുതിയത് വള്ളത്തോൾ മാത്രമല്ല.

മറിച്ച്, ദ്രാവിഡ പ്രസ്ഥാനക്കാർ തീയിലേക്കെറിഞ്ഞത് വടമൊഴിയും പൂണൂലും പിൻകുടുമയുമായിരുന്നു. ചെന്തമിഴും അടുക്കുമൊഴിയും തിരുക്കുറളും അവർ വീണ്ടെടുക്കുകയും ചെയ്തു. സ്വത്വം തിരിച്ചറിഞ്ഞു മുന്നേറുവാനുള്ള മാർഗ്ഗം, പിന്നോട്ടുപോകുകയാണ് എന്ന, ഈ റൊമാന്റിക് ദർശനത്തിന് പല മുഖങ്ങളുണ്ട്. കുഞ്ഞിക്കുട്ടൻ തമ്പുരാനും ശങ്കുണ്ണിയും ചെയ്തതുപോലെ ഐതിഹ്യങ്ങൾ പെറുക്കി പെരുപ്പിക്കുക ഒരു മുഖമാണ്. പറയിപെറ്റ പന്തിരുകുലം മുതൽ തന്നെ ചികിത്സിച്ച വൈദ്യന്റെ പെരുമവരെ ശങ്കുണ്ണി ഐതിഹ്യമാക്കി. ഒരു തകർന്ന നഗരത്തിന്റെ തൂണുകൾ പോലെ എഴുന്നുനിൽക്കുന്ന ഓർമ്മകൾ. തനിമതേടിയുള്ള ഈ അന്വേഷണം ഇന്ന് തുടങ്ങുന്നതല്ല. അപ്പൻതമ്പുരാൻ ഭൂതരായരെഴുതിയപ്പോഴും ആദ്യമായി ഒരു ഫോക്‌ലോർ പ്രദർശനം സംവിധാനം ചെയ്തപ്പോഴും തകഴിയുടെ പ്രമേയത്തെതന്നെയാണ് അദ്ദേഹം നേരിട്ടിരിക്കുന്നത്. ഭൂതരായരിൽ 'സംരക്ഷിക്ക'പ്പെട്ട ഭാഷയും ഘടനയും അതിനെ എന്താക്കിത്തീർത്തു എന്നു നമുക്കറിയാം. ഇത്രയൊന്നും ആലോചിക്കാതെ ഒരു ചന്തുമേനോൻ വീട്ടിൽ പറയുന്ന ഭാഷയിൽ നാട്ടിൽ നടക്കുന്ന കാര്യങ്ങൾ പറഞ്ഞപ്പോൾ ചരിത്രത്തെ അദ്ദേഹം എത്രത്തോളം മുന്നോട്ടുകൊണ്ടുപോയി എന്നും നമുക്കറിയാം. എന്നിട്ടും ഒരു ജനതയുടെയും ഭാഷയുടെയും തനിമ, നഷ്ടപ്പെട്ടുപോയ കാലമാണെന്നും തൽകാലത്തിന്റെ അവബോധമല്ലെന്നും ഇപ്പോഴും പലരും പറഞ്ഞുകൊണ്ടിരിക്കുന്നു. മ്യൂസിയത്തിലെ മൺപാത്രങ്ങൾ വെക്കാനുള്ളതല്ല; പതിരില്ലാത്ത പഴഞ്ചൊല്ലുകൾ വിതച്ചാൽ മുളക്കുകയില്ല. ഇവകൊണ്ട് തൊടുക്കുന്ന കഥകളും കവിതകളും ചാപിള്ളകളായിത്തീരുന്നു എന്നതാണ് പുതിയ സന്താനഗോപാലം. ചരിത്രത്തിന്റെ ഞാണൊലികേട്ട് ഉണരുന്ന വാക്കുകൾക്ക് മാത്രമേ ഉയിരുണ്ടാകൂ. നാമിപ്പൊഴും മരിച്ച പഴമയെ ജീവിക്കുന്ന തനിമയായി

തെറ്റിദ്ധരിച്ചുകൊണ്ടിരിക്കുന്നു. തറവാടിത്തം പറയുന്നത് വർത്തമാനം കൈവിട്ടുപോകുമ്പോഴാണ്. തറവാടിത്തഘോഷണമാണ് വിശ്വോത്തരമായ വൃത്തികേടെന്ന് ഇടശ്ശേരി പറഞ്ഞതിന് മറ്റെന്തായിരിക്കാം അർത്ഥം! ഈ അർത്ഥം തകഴിക്കും അറിയാം.

അതുകൊണ്ട്, പച്ചമലയാള പ്രസ്ഥാനത്തിൽനിന്നും നാം പഠിക്കുന്ന ഒരു പാഠം അത് നമ്മെ, പഴകിയ, നിർജ്ജീവമായ, മലയാളത്തിൽ എത്തിക്കുന്നു എന്നതാണ്. നൈസർഗികതക്കുവേണ്ടിയുള്ള ശാഠ്യം നൈസർഗികമായിത്തന്നെ കൃത്രിമത്വത്തിൽ അവസാനിക്കുന്നു. കുട്ടികളെപ്പോലെ എഴുതാൻ ശ്രമിച്ച വേർഡ്സ്വർത്ത് സ്ലേറ്റിലെഴുതുന്ന ദാർശനിക കവിയായി. സ്ഥിരമായി, സുഖമായി, ഇരിക്കുവാനുള്ള തന്ത്രമാണ് യോഗാസനമെന്ന് നിർവചനത്തിൽ നിന്നല്ലാതെ അനുഭവത്തിൽ നിന്നറിയുക വിഷമമാണ്. നമ്മുടെ കേരളത്തനികൾ ആണ് നമുക്കേറ്റവും അപരിചിതങ്ങളായ സാധനങ്ങളായിക്കൊണ്ടിരിക്കുന്നത്.

ഈ വൈരുധ്യം അറിയേണ്ടത് എഴുത്താകാരാണ്, നിരൂപകരല്ല. എന്തുകൊണ്ടാണ് നമ്മുടെ ദേശീയതപോലും വിദേശങ്ങളിൽ നിന്ന് വന്നുചേരുന്നത്? എന്തുകൊണ്ടാണ് കൃത്രിമത്വം നമുക്ക് സ്വാഭാവികമായിത്തീരുകയും സ്വാഭാവികതക്കുവേണ്ടി ഗവേഷണം നടത്തേണ്ടിവരികയും ചെയ്യുന്നത്. എന്തുകൊണ്ടാണ് നിത്യസംഭവങ്ങളുടെ ചരിത്രമാനം നാം കാണാതെ പോകുകയും മരിച്ചവരുടെ മുഖത്ത് നമ്മുടെ മുഖഛായ തേടിനടക്കുകയും ചെയ്യുന്നത്?

ഒക്ടോബർ 1988

നിങ്ങൾക്കാക നിങ്ങളേ തുണ

ഇത് നെൽസൺ മണ്ടേലയുടെ എഴുപതാം ജന്മവർഷമാണ്. ജീവപര്യന്തം തടവിലടച്ച ഒരു കറുത്ത മനുഷ്യന്റെ ഓർമ്മയാണ് മനുഷ്യവർഗത്തിന് സ്വാതന്ത്ര്യത്തിന്റെ ഓർമ്മയായി, ഉണർവ്വായി ത്തീരുന്നത്. ഒഴുകിക്കൊണ്ടേയിരിക്കുന്ന ചരിത്രത്തിന്റെ ഓരങ്ങളിൽ ഉടക്കിപ്പോയ കറുത്ത ജനത എന്താണ് ചരിത്രം, എന്താണ് പുരോഗതി എന്ന ഗുരുത്വമില്ലാത്ത ചോദ്യങ്ങൾ ഉന്നയിച്ചുകൊണ്ടേയിരിക്കുന്നു. പുറം തള്ളപ്പെട്ടവരെല്ലാം പുറത്തിരുന്നുകൊണ്ട് ഏതാണ് അകം ഏതാണ് പുറം എന്ന പഴയ പരിചിത നിർവചനങ്ങളെ കടപുഴക്കുകയും നിർവച നങ്ങളില്ലാത്ത ഒരു കാലം സൃഷ്ടിക്കുകയും ചെയ്യുന്നു. ഇസ്മായീൽ റീദിന്റെ നിഗ്രോ കവിത ഇങ്ങനെയാണ്.

"ഞാൻ ചരിത്രത്തിന് പുറത്തിരിക്കുന്നു
കുറച്ചു കടല കൊറിക്കാൻ കിട്ടിയെങ്കിൽ?
ആ കൂട്ടിൽ ആകെ വിശപ്പാണെന്നു തോന്നുന്നു."
"അല്ല, ഞാൻ ചരിത്രത്തിനകത്തുതന്നെയാണ്
പക്ഷേ കരുതിയതിലും എത്രയോ
ഏറെയാണ് ഇവിടെ വിശപ്പ്"

തങ്ങളെ അകറ്റിനിർത്തുന്ന ദ്വന്ദ്വാത്മകമായ ഈ സംഘർഷത്തി ലാണ് ജീവിതം തിളങ്ങുന്നതെന്ന് കറുത്ത നിഗ്ഗറുകൾ ഇന്ന് മനസ്സിലാ ക്കിക്കൊണ്ടിരിക്കുന്നു. കറുത്ത പുറംവരകൾകൊണ്ട് ഒരു വെളുത്ത ചിത്രം വരയ്ക്കാം എന്നതുപോലെ വെളുത്ത വരകളിട്ട് ഒരു കറുത്ത ചിത്രവും വരയ്ക്കാം എന്നതാണ് ഈ തത്വം. സത്യത്തിന്റേയും സൗന്ദര്യത്തിന്റേയും നിറം എന്താണ് എന്ന ചോദ്യത്തിലേക്ക് നാം വീണ്ടും എത്തിച്ചേരുക യാണ്. ഇവിടെയാണ് ധർമ്മത്തിന്റെ നിറവും നിർണ്ണയിക്കപ്പെടുക.

സാഹിത്യനിരൂപകന്മാർ ഇതൊരു സൗന്ദര്യചർച്ചയായി കണ്ടേക്കാം. പക്ഷേ ഇസ്മായിൽ ഇതൊരു ചരിത്രചർച്ചതന്നെയാണെന്ന് പാടുന്നു:

"കാപ്പിരികൾ എഴുതുന്നു.
എഴുതുമ്പോൾ അവർ നമ്മുടെ
പുണ്യപദങ്ങളെല്ലാം
തൊട്ടശുദ്ധമാക്കുന്നു.
അവർ അതെല്ലാം അവരുടെ
കറുത്തകറുത്ത കൈകൊണ്ടുപിടിച്ച്
മാടൻ അടകല്ലിൽ വെച്ച് അടിക്കുന്നു
അപ്പോൾ, അപ്പോൾ, മിനുക്കിയ
യന്ത്രത്തകിടുപോലെ (വാക്കുകൾ) തിളങ്ങുന്നു!

കറുത്തവരുടെ വാക്കുകൾ, ഇന്ന്, പരിഷ്കാരത്തെ പാരുഷ്യത്തിലേക്കും നാമങ്ങളെ ക്രിയയിലേക്കും ഏകാകിതയെ കൂട്ടായ്മയിലേക്കും തിരിച്ചുകൊണ്ടുപോകുന്നു. ഇവരിൽ ഒരാളാണ് നമ്മുടെ പഴയ കവിയോട്

"ഒരു മഹാകവിപോലും
ഒരു മഹാ കപിപോലും
പെരുമ ഭാവിച്ച ചൊറിഞ്ഞിരിപ്പ്
കനിവിന്റെ കണ്ണുനീർ
കലരാത്ത കരളിന്റെ
കവിതയിതൊക്കെയും
കപടമല്ലേ? (കുടിയൊഴിക്കൽ)

എന്ന് വിളിച്ചുചോദിച്ചിരിക്കുക. സാഹിത്യം ഏഴോ അതിലധികമോ വർഷം നീണ്ടുനിൽക്കുന്ന ഒരു ചൊറിയാണോ എന്ന ചോദ്യം ചോദിക്കാതെതന്നെ നീഗ്രോ സാഹിത്യം അതിനൊരു മറുപടി നൽകുന്നു. ആവർത്തനങ്ങളിലൂടെയും അടയാളങ്ങളിലൂടെയും കവിത സാമുദായികവും ചരിത്രപരവും ആയ നൈരന്തര്യമാണെന്ന് ഓർമ്മപ്പെടുത്തുകയാണ് ഈ രീതി. നമ്മുടെ കവിതയും നഷ്ടപ്പെട്ട ഈ മുഖത്തിലേക്ക് പലപാട് തിരിച്ചുവരുന്നുണ്ട്. വർണബോധമാണ്, ലോകം കറുത്തവർക്കും വെളുത്തവർക്കും ആയി വിഭജിക്കപ്പെട്ടിരിക്കുന്നു എന്ന ബോധമാണ്, കാപ്പിരിയുടെ ഐക്യബോധം. നമ്മുടെ സാഹിത്യത്തിലും ജീവിതത്തിലും വന്നുചേർന്ന വന്യതയുടെ പുനർജന്മത്തിനും 'കാട്ടാള'ന്റെ തിരിച്ചുവരവിനും കൂട്ടായ്മയുടെ അർത്ഥമുണ്ട്. നമ്മുടെ ജീവിതം നമ്മുടെ ശരീരത്തിന്റെ അതിരുകളിൽ അവസാനിക്കുന്നു എന്ന തത്വശാസ്ത്രത്തിന്റെ സ്ഥാനത്ത്, നമ്മുടെ ജീവിതം മറ്റുള്ളവരുടെ ജീവിതംതൊട്ട് ആരംഭിക്കുന്നു എന്ന

ബോധം നാമറിയാതെതന്നെ ഇന്ന് പ്രാബല്യമായിവരുന്നുണ്ട്. നിസ്സീമമായ ഏകാന്തത, മറ്റൊരുതരത്തിൽ നസീമമായ സാമൂഹ്യ വ്യാപനത്തിലേക്ക് മനുഷ്യനെ കൊണ്ടെത്തിക്കുന്നു. ഒന്നോ രണ്ടോ, കൂടിയാൽ മൂന്നാ തലയിലെഴുത്തുള്ളതാണ് മനുഷ്യവർഗം എന്ന് നാം സങ്കൽപ്പിച്ച് തുടങ്ങിയിരിക്കുന്നു- ഈ സങ്കൽപം കലയുടെ നെയ്ത്തുവിദ്യയെയും അട്ടിമറിച്ചുകൊണ്ടിരിക്കുന്നു. ഇതിനെ നമുക്ക് പുതിയ വർഗബോധം എന്നും വിളിക്കാം. മനുഷ്യ മനസിന്റെ അഗാധമായ ഭൂചലനങ്ങളും ഭൂഖണ്ഡചലനങ്ങളും കവികൾ വരച്ചുകഴിഞ്ഞിട്ടേ നാം അറിഞ്ഞുള്ള എന്നുവരാം. വെളുത്ത ബൂർഷ്വാ ഏകാകിതയെ കറുത്ത ഗോത്രൈക്യം എങ്ങനെ നിഷേധിക്കുമെന്ന് വൈലോപ്പിള്ളി ലുമുംബക്കവിതയിൽ ദീർഘദർശനം ചെയ്തിട്ടുണ്ട്.

> *"ഹാ വരു, വരു തേനീച്ചകളേയെമ്പാടും നി-*
> *ന്നായിരക്കണക്കായ്‌വന്നഗ്ര സൂചികളാലേ*
> *കുത്തുവിൻ തുരത്തുവിൻ ഇക്കൊള്ള സാമ്രാജ്യത്തിൽ*
> *മൃത്യുവിൻ തീവെട്ടിയും പിടിച്ചുനടപ്പോരെ*
> *പോവുക, നിങ്ങൾക്കാക നിങ്ങളേ തുണ കാട്ടിൽ*
> *പൂവുപോൽ വിരിയുന്നൂ ഭാവി നിങ്ങടെ മുമ്പിൽ*
> *(ഇരുളിൽ)*

ഒരു തേനീച്ചക്കൂട് ഒരു ഗോത്രംപോലെ, ഈച്ചകളുടെ പൂർണമായ ജൈവശരീരം ആണ് എന്നത്രെ ഇതിനർത്ഥം. താൻ നശിച്ചും കൂടിനെ രക്ഷിക്കുക എന്നതാണ് കുത്തുന്ന ഈച്ചയുടെ അതിജീവനതന്ത്രം. ഇതു തന്നെയാണ് ഈച്ചയുടെ രക്തസാക്ഷിത്വവും. ആഫ്രിക്കൻ ഈച്ചകൾ നമ്മെ കിടിലംകൊള്ളിക്കാതിരിക്കുകയില്ല; അവരുടെ ജീവിതത്തിലൂടെ അവരുടെ മരണത്തിലൂടെ.

ആഗസ്റ്റ് 1988

പ്രണയം; ഭ്രാന്ത്; അധിനിവേശം

കഥയുടെ പ്രമേയം, കഥയുടെ ഭാഷ, കഥയുടെ അർത്ഥതലങ്ങൾ ഇവയെക്കുറിച്ച് വിപുലമായ ബോധമാണ് പി.സുരേന്ദ്രനുള്ളത് എന്ന് അദ്ദേഹത്തിന്റെ കഥകൾ വ്യക്തമാക്കുന്നു. ഉറക്കെ പ്രണയിക്കുവാൻ കഴിയുകയില്ല എന്ന് ഞാൻ മനസ്സിലാക്കിയത് അദ്ദേഹത്തിന്റെ 'ജലസന്ധി' വായിച്ചപ്പോഴാണ്. ഉച്ചത്തിൽ സംസാരിക്കുന്ന ഒരാൾക്ക് ഒരു കാമുകനായിത്തീരുവാൻ കഴിയുകയില്ല എന്ന് സംശയം കൂടാതെ തെളിയിക്കുന്ന കഥയാണത്.

ആൾക്കൂട്ടത്തിൽ വെച്ച് പ്രണയിക്കുവാൻ കഴിയുകയില്ല എന്ന് പറയുന്ന സെൻ കഥയുണ്ട്. സെൻ മാസ്റ്ററുടെ കീഴിൽ പഠിച്ചിരുന്ന കുട്ടികൾ അവരുടെ പാഠ്യേതര പ്രവർത്തനങ്ങളായിട്ട് പ്രണയം പോലും പരിശീലിച്ചിരുന്നു. അങ്ങനെ ഒരാൺകുട്ടിയും പെൺകുട്ടിയും തമ്മിൽ പരിചയപ്പെടുന്നുണ്ടെന്ന് ഗുരുവിന് വിവരം ലഭിച്ചപ്പോൾ അദ്ദേഹം നിർദ്ദേശിച്ച ചികിത്സ ഇതായിരുന്നു. എന്തിന് സ്വകാര്യമായി പ്രണയിക്കണം. പരസ്യമായിത്തന്നെ സ്നേഹിക്കാം. ക്ലാസിൽവെച്ചു തന്നെ സ്നേഹിക്കാം. അതോടെ പ്രണയം അവസാനിച്ചുവെന്നാണ് സെൻകഥ പഠിപ്പിക്കുന്നത്.

ഇതിന്റെ ഒരർത്ഥം ഉച്ചത്തിലും, സമൂഹത്തിലും, നിയമവിധേയമായും സ്നേഹിക്കുവാൻ കഴിയുകയില്ല എന്നാണ്. ഇതുപറയാൻ തന്റെ ശബ്ദത്തെയാണ് സുരേന്ദ്രൻ ഒരു ഉപകരണമാക്കിയിട്ടുള്ളത്. കാരണം പ്രണയം ഒരു രഹസ്യമാണ്. രഹസ്യം ഉറക്കെ പറയാൻ കഴിയില്ല. ഇതിനെ എങ്ങനെ ഒരു കഥയാക്കുന്നുവെന്ന് ആലോചിക്കാം. ഒരു

പക്ഷേ വൈലോപ്പിള്ളിയുടെ വർക്കത്തുകെട്ട താറാവ് പോലെ!

ഉച്ചത്തിൽ മാത്രം പറയുകയും, ഉച്ചത്തിൽ പറയുന്നതുകൊണ്ട് ആളുകളെ അകറ്റിനിർത്തുകയും ചെയ്യുന്ന പയ്യനോട് എന്തിനാ മോനെ ഇത്ര ഉച്ചത്തിൽ സംസാരിക്കുന്നത് എന്ന് അമ്മ ചോദിക്കുന്നു. ആളുകളെ ആട്ടിപ്പായിക്കുന്നതുപോലുള്ള ശബ്ദം. ഇങ്ങനെ ശബ്ദം കൊണ്ട് നടക്കു മ്പോൾ ഒരു പ്രണയിനി

"സ്വർഗ്ഗസുഗന്ധി ചുണ്ടുകളാൽ തൻ
കൊക്കിലുരുമ്മി ചുംബിക്കെ
പുളകം പൂണ്ടവനൊന്നു തരിച്ചു
പുലരിത്താമര മലർപോലെ..."

വൈലോപ്പിള്ളിയുടെ ഈ വരികളിലുള്ളതുപോലെ പെട്ടെന്ന് പ്രണയം അറിയാൻ ഇടവരികയും, പ്രണയം അതിന്റെ നേർത്ത ചുണ്ടു കൊണ്ട് സുരേന്ദ്രനെ ചുംബിക്കുകയും പെട്ടെന്ന് ശബ്ദം മൗനമായി രൂപാ ന്തരപ്പെടുകയും ചെയ്തുവെന്ന് ഈ കഥ നമ്മോട് പറയുന്നു. എങ്ങനെ സ്നേഹം ഒരു മനുഷ്യനെ മാറ്റിത്തീർക്കുന്നുവെന്നും അവന്റെ ശബ്ദത്തെ, അവന്റെ ജീവിതത്തെ, അവന്റെ സർവ്വസ്വത്തേയും രൂപാന്തരപ്പെടു ത്തുന്നുവെന്ന് ഈ കഥ ഒരുപക്ഷേ തുറന്ന് നമ്മോട് സംസാരിക്കുന്നു. സുരേന്ദ്രന്റെ ഒരു പ്രത്യേകത ഉറക്കെയുള്ള ശബ്ദം പോലെ ഭാഷയുടെ ഘടനയുടെയും സുതാര്യതയാണ്. എങ്ങനെയാണ് സ്നേഹത്തിന്റെ ഒരു രഹസ്യം ഒന്നുമില്ലായ്മയെക്കുറിച്ചുള്ള സർവ്വസ്വമായിത്തീരുന്നത് എന്നുപറയുന്ന ചെറിയ കഥയാണ് 'ജലസന്ധി.' എന്നാൽ ഈ കഥ സൂക്ഷ്മത്തിലേക്കുള്ള ഒരു സഞ്ചാരവുമാണ്. ഓരാർഭാടവുമില്ലാതെ ഒരു സംഭവത്തിലേക്ക് സുരേന്ദ്രൻ എത്തിച്ചേരുകയും തന്റെ ശബ്ദത്തെ മാത്രമല്ല സർവ്വസ്വത്തേയും മാറ്റിത്തീർക്കുന്ന അനുഭവമായി എങ്ങനെ പ്രണയം രൂപാന്തരപ്പെടുന്നുവെന്ന് അറിയുകയും ചെയ്യുന്നുണ്ട്.

തീർച്ചയായും ഇത്തരം അനുഭവങ്ങളിൽ അലഞ്ഞുനടക്കുന്ന ആളാണ് സുരേന്ദ്രൻ. അലഞ്ഞുനടക്കുക എന്നതിനർത്ഥം അനുഭവങ്ങൾ തേടിനടക്കുക എന്നുകൂടിയാണ്. അനുഭവങ്ങളുടെ കളക്ടർ എന്നുപ റയാം. മൂന്നുതരത്തിലുള്ള അനുഭവങ്ങളുണ്ട്. ഉണ്ടാകുന്ന അനുഭവങ്ങളും അലഞ്ഞുനടന്ന് ഉണ്ടാകുന്ന അനുഭവങ്ങളും. മറ്റൊന്ന് കൃത്രിമമായി സൃഷ്ടിക്കുന്ന അനുഭവങ്ങളും. മൂന്നാമത്തേത് ഏകാദശി നോറ്റ കാക്കക്ക് കരിക്കട്ട കിട്ടിയതുപോലെ. ഇതിന് ഞങ്ങൾ വടക്കര് പറയുന്നത് മൂലക്കിരിക്കുന്ന മഴുവെടുത്ത് കാലിലേക്കിടുക എന്നാണ്. എന്തിന് മഴു അവിടെ വെറുതെയിരിക്കുന്നു? കാലുമായി ഒരു സൗഹൃദമുണ്ടാവട്ടെ എന്നു കരുതി അതെടുത്ത് കാലിലേക്കിട്ട് മുറിവുണ്ടാക്കി ലോകത്തെ

അനുഭവം ഒരു മുറിവാണെന്ന് പ്രഖ്യാപിക്കുകയും ചെയ്യുന്നു. ഇങ്ങനെ പതിനെട്ട് മുറിവായാൽ ഒരു പുസ്തകമാക്കാമെന്ന് ചില കവികൾ മനസ്സിലാക്കിയിട്ടുണ്ട്.

ഇത് ഫലിതമായി പറയുന്നതല്ല. അനുഭവങ്ങൾതേടിപ്പോവുക എന്നത് നാൽപ്പതുകളിലെ കഥാകൃത്തുക്കളുടെ ഒരു രീതിയായിരുന്നു. പട്ടിണിതേടിപ്പോവുക, വേശ്യാലയങ്ങൾ തേടിപ്പോവുക, അടി തേടിപ്പോവുക എന്നിങ്ങനെ. ഇതെല്ലാം സമുദായത്തിലുള്ളതും നാം കണ്ടില്ലെന്നു നടിക്കുന്നതുമായ ആവരണങ്ങളാണ്. ബഷീർ 'ശബ്ദങ്ങ'ൾ എഴുതിയതിങ്ങനെയാണ്. അതിലെ സംഭവങ്ങൾ നടക്കുന്നത് ദേവാലയമുറ്റത്താണ്. ദേവാലയത്തിന്റെ ഉപയോഗങ്ങൾ എന്തൊക്കെയാണ് എന്നതിനുള്ള ഉത്തരമാണ് 'ശബ്ദങ്ങൾ.' അതിലെ ഒരു കഥാപാത്രം വേശ്യയോട് പറയുന്നത് നിന്നെ എനിക്ക് വീട്ടിലേക്ക് കൊണ്ടുപോകാൻ കഴിയില്ല. അവിടെ ഭാര്യയുണ്ട് എന്നാണ്. അപ്പോൾ അവൾ പതുക്കെ ചോദിക്കുന്നത് ഭാര്യയും ഉണ്ടോ എന്നാണ്. അതുമാത്രമേ ചോദിക്കുന്നുള്ളൂ. ഇങ്ങനെ ചോദിക്കുന്നതോടെ സമുദായം ആഗ്രഹിക്കുന്ന ഒരുത്തരം തീർന്നു.

മാന്യത സംരക്ഷിക്കാനായി നാം ഏതെല്ലാം മുഖംമൂടികൾ അണിയുന്നുവെന്ന്, ഏതെല്ലാം മൂലകളിൽ ഒളിക്കുന്നുവെന്ന് കണ്ടെത്തുകയാണ് അനുഭവങ്ങൾ അന്വേഷിക്കുന്നതിന്റെ ഒരർത്ഥം. മൂടിവെച്ച അനുഭവങ്ങൾ ചരിത്രത്തിന്റെ ഓർമ്മകൾ മാത്രമല്ല. സുരേന്ദ്രൻ സഞ്ചരിക്കുന്നത് ഒരു പക്ഷേ ലോകത്തിന്റെ വലിയ ഭ്രുവിതാനങ്ങളിലാണ്. പല ജനത പലേ നിബന്ധനം പല നഗരം പല ഭാഷ എന്നുപറഞ്ഞത് കുമാരനാശാനാണ്. ഇങ്ങനെ സഞ്ചരിച്ചുകൊണ്ടാണ് കുമാരനാശാൻ ആശാനായത് എന്നും നമുക്കറിയാം. അവിടെ കോളറ വന്നില്ലായിരുന്നുവെങ്കിൽ അദ്ദേഹത്തിന് നാടു മുഴുവൻ അലയേണ്ടിവരില്ലായിരുന്നു. പലപ്പോഴും ഒരാപത്ത് വലിയൊരു അനുഭവത്തിന്റെ വർഷമായിത്തീരാം. കയറിച്ചെല്ലാത്ത പല സ്ഥലങ്ങളിലും അങ്ങനെ സുരേന്ദ്രൻ കയറിച്ചെല്ലുകയും അനുഭവങ്ങളുടെ ഒരു ബൊക്കെ നിർമ്മിക്കുകയും ചെയ്യുന്നു. അദ്ദേഹത്തിന്റെ കഥകളിൽ നേരിട്ടുള്ള അനുഭവം മാത്രമല്ല ഉള്ളത്. ഒരു പക്ഷേ 'ജലസന്ധി' നേരിട്ടുള്ള അനുഭവമാകാം. അദ്ദേഹത്തിന്റെ ശബ്ദം കേട്ടിട്ട് അങ്ങനെയാണ് തോന്നുന്നത്. പക്ഷേ മറ്റനുഭവങ്ങൾ ശേഖരിക്കുന്നവയാവാം. എന്നാൽ സ്വയം കുത്തിനോവിച്ചുണ്ടാക്കുന്ന അനുഭവങ്ങൾ സുരേന്ദ്രന്റെ കഥകളിൽ തീരേ കുറവാണ്.

കഥയെഴുത്ത് സാഹസികനായ ഗവേഷകന്റെ പ്രവർത്തനംപോലെയാണ് എന്ന് കേസരി നിരീക്ഷിച്ചിട്ടുണ്ട്. സമുദായത്തിലെ വിഷം

തീനികളാണ് അവർ. ജെ.പി.എസ് ഹാൽഡേനെപ്പോലെ, ഖനിയിലെ മർദ്ദമറിയുവാൻ ഖനിയിലേക്കിറങ്ങുന്നവരാണ് എന്നും പറഞ്ഞിട്ടുണ്ട്. ഹാൽഡെയ്നോട് നമുക്കുള്ള ബഹുമാനത്തിന്റെ ഒരു കാരണം, ഖനിത്തൊഴിലാളികൾ ഭൂമിക്കടിയിൽ അനുഭവിക്കുന്ന പ്രശ്നമറിയാൻ അങ്ങോട്ടുചെല്ലുകയും അതനുസരിച്ച് വസ്ത്രധാരണരീതി രൂപപ്പെടുത്തുകയും ചെയ്തു എന്നതാണ്. അറുപതുകളിൽ ശാസ്ത്രകോൺഗ്രസിന് അദ്ദേഹം ഇന്ത്യയിൽ വന്നപ്പോൾ ബംഗാൾ ഉൾക്കടലിൽ ചാടിക്കുളിച്ച ശേഷം കേരളത്തിലെത്തി. കായംകുളത്തെ തെങ്ങുഗവേഷണകേന്ദ്രത്തിൽ വന്നപ്പോൾ അവിടുത്തെ ഗവേഷകനായ വിദ്യാർത്ഥിയോട് എന്തിനെക്കുറിച്ചാണ് ഗവേഷണം നടത്തുന്നത് എന്ന് ചോദിച്ചു. കൊമ്പൻചെല്ലിയെക്കുറിച്ചാണെന്ന് വിദ്യാർത്ഥി പറഞ്ഞു. ഉടൻ ഹാൽഡെയ്ൻ ചോദിച്ചത് ഗവേഷണം എവിടെയെത്തി എന്നല്ല തെങ്ങിൽകയറാൻ അറിയാമോ എന്നാണ്. ഒരു ശാസ്ത്രജ്ഞൻ അങ്ങനെയേ ചോദിക്കൂ. അതൊരു ഇൻസൾട്ട് ആയിട്ടാണ് വിദ്യാർത്ഥി എടുത്തത്. സായിപ്പായതുകൊണ്ട് തർക്കിക്കാൻ നിൽക്കാതെ അറിയില്ല എന്നുപറഞ്ഞു. ഹാൽഡെയ്ൻ പിന്നെ ചോദിച്ചത് ആരാണ് ഡാറ്റ തരുന്നത് എന്നാണ്. അത് തെങ്ങിൽ കേറുന്ന ആളാണെന്നു ഗവേഷകൻ പറഞ്ഞു. അപ്പോൾ ഗവേഷണം നടത്തുന്നത് നിങ്ങളോ അതോ തെങ്ങിൽകേറുന്ന ആളോ? ഇങ്ങനെ ചോദിച്ചാണ് അദ്ദേഹം കായംകുളത്തുനിന്ന് പോയത്. ഇതാണ് അന്വേഷണത്തിന്റെ ഒരു രീതി. അനുഭവങ്ങൾ കണ്ണാടിയിൽ പ്രതിഫലിപ്പിക്കുന്ന വെളിച്ചങ്ങളും, ചന്ദ്രന്റെ വെളിച്ചമായി തെറ്റിദ്ധരിപ്പിക്കുന്ന സൂര്യവെളിച്ചങ്ങളും ആയിത്തീരാറുണ്ട്. എന്നാൽ അനുഭവങ്ങൾ ഉണ്ടാവുമ്പോൾ അത് തീവ്രമായിത്തീരുന്നുവെന്നും സുരേന്ദ്രനറിയാം. കഥാകൃത്തുക്കൾക്കൊക്കെയും അറിയാം.

അനുഭവം ഒരു കഥയ്ക്ക് വ്യാപ്തിയല്ല ഡെൻസിറ്റിയാണ് കൊടുക്കുന്നത്. പ്രണയം പോലെ സുഖമാണ് പുളിയുറുമ്പ് കടിക്കുന്നത് എന്ന് ബഷീറിന്റെ 'ബാല്യകാലസഖി'യിൽ നായിക പറയുന്നുണ്ട്. പുളിയുറുമ്പ് കടിച്ചാൽ മാത്രമേ ഇങ്ങനെ പറയാൻ പറ്റൂ. അനുഭവങ്ങളോടുള്ള ആത്മാർത്ഥത, അനുഭവങ്ങളോടുള്ള ഇഴക്കം ഇതൊക്കെ ഒരെഴുത്തുകാരന്റെ പ്രധാന ഗുണമായിത്തീരുന്നുണ്ട്.

മാമ്പഴത്തിൽ നിന്ന് നീര് ഊറ്റിക്കുടിക്കുന്നതുപോലെ അനുഭവങ്ങളെ ഈമ്പിയെടുക്കാനുള്ള കഴിവ് പലർക്കും ഇല്ലാതായിത്തീരുമ്പോഴാണ് കഥ ഉപരിപ്ലവമായിത്തീരുന്നത്. സുരേന്ദ്രന്റെ കഥകളിൽ അനുഭവങ്ങളെ ഈമ്പിക്കുടിക്കുന്ന തലത്തിലേക്ക് പോകുന്നുവെന്ന് നാം മനസ്സിലാക്കുന്നുണ്ട്. അദ്ദേഹത്തിന്റെ ഭാഷയുടെ സുതാര്യത

അതിനെ ഹൃദ്യമാക്കിത്തീർക്കുകയും ചെയ്യുന്നു. സാങ്കേതികമായ കൗശലംകൊണ്ട് അനുഭവങ്ങളെ ഗാഢമാക്കിത്തീർക്കാം എന്ന തെറ്റിദ്ധാരണ പല എഴുത്തുകാർക്കുമുണ്ട്. ഇത് ജാടയാണ്. ജാട എന്ന വാക്ക് പറയേണ്ട. നിങ്ങൾ സത്യസന്ധനാണെങ്കിൽ, നിങ്ങൾ ഉള്ളുതുറന്ന്, ഇന്ദ്രിയങ്ങൾ തുറന്ന് ജീവിക്കുന്ന ആളാണെങ്കിൽ നിങ്ങളുടെ ശരീരത്തിലും മനസ്സിലും പെയ്തുവീഴുന്ന എല്ലാ അനുഭവങ്ങളുടെ മഴയും ചേർന്നിട്ട് നിങ്ങളുടെ ജീവിതത്തെ സങ്കീർണ്ണമാക്കും എന്ന കാര്യത്തിൽ സംശയമില്ല. അതുപറയാൻ അത്തരമൊരു ഭാഷയും നിങ്ങൾക്ക് വേണ്ടിവരും. ഇങ്ങനെ ഉണ്ടാവുന്ന ജൈവഭാഷയ്ക്കു പകരം നാം സാങ്കേതികത്വം കടം വാങ്ങുകയും അതുകൊണ്ട് കഥയെ സമ്പന്നമാക്കിത്തീർക്കാമെന്ന് വ്യാമോഹിക്കുകയും ചെയ്യും. ഇത് കഥയെ ചതിക്കലാണ് എന്ന കാര്യത്തിൽ യാതൊരു സംശയവുമില്ല. സുരേന്ദ്രൻ ഈ വഴിക്കല്ല സഞ്ചരിക്കുന്നത്.

സുരേന്ദ്രന്റെ 'സമുദ്രത്തിന്റെ പര്യായങ്ങൾ' എന്ന കഥ ഒരു കാമകഥയാണെന്ന് പറായാം. അധിനിവേശങ്ങളുടെ കാലത്തെക്കുറിച്ചുള്ള കഥ കൂടിയാണത്. വിരിച്ചിട്ടിരിക്കുന്ന മെത്തപോലെ കിടക്കുന്ന കടൽ ഈ കഥയിലുണ്ട്. അങ്ങനെയൊരു കിടക്കയിലാണല്ലോ അനന്തൻ കിടക്കുന്നത്. സമുദ്രത്തിന്റെ പര്യായങ്ങളിൽ മെത്തയിൽ കിടക്കുന്ന പോർച്ചുഗീസ് പെൺകിടാവിനെ അധിനിവേശത്തിനുള്ള ഭൂപ്രദേശമായി കാണുന്ന സങ്കീർണമായ യാഥാർത്ഥ്യത്തെയാണ് അവതരിപ്പിക്കുന്നത്. പോർച്ചുഗീസുകാർ വന്ന് നമ്മുടെ ഭൂമി കയ്യേറിയതിന്റെ പ്രതികാരമെന്നോണം ഈ കഥയിലെ പെൺകിടാവിനെയും കയ്യേറുന്നു. കാമുകിയിലേക്കുള്ള അധിനിവേശത്തെ സാമ്രാജ്യത്വവിരുദ്ധതയുടെ രീതിയായി കാണുന്ന കഥയാണ് 'സമുദ്രത്തിന്റെ പര്യായങ്ങൾ.'

ഒരു രാജ്യത്തെ അധിനിവേശശക്തികൾ ആക്രമിക്കുമ്പോൾ നാമതിനെ ഒറ്റ റെയ്പ്പ് എന്നു വിളിക്കുന്നു. മാതൃഭൂമി നമ്മുടെ മാതാവിയിരിക്കുകയും, അമ്മയുടെ മേലുള്ള കയ്യേറ്റമായി അധിനിവേശം മാറുകയും ചെയ്യുന്നു എന്ന ബോധമാണ് വാസ്തവത്തിൽ ഒരു മകന്റെ, ഒരു പ്രജയുടെ ദേശാഭിമാനമായി രൂപപ്പെടുന്നത്. ഇത് രണ്ട്തരത്തിലാണ് സംഭവിക്കുക. ഒന്ന് അമ്മ ആക്രമിക്കപ്പെടുന്നു എന്ന ബോധം. മറ്റൊരു ടെറിറ്റോറിയൽ ബോധം ഇതാണ് ദേശാഭിമാനത്തിന്റെ അടിസ്ഥാനം എന്ന് എല്ലാവർക്കുമറിയാം. ഇങ്ങനെ ദേശാഭിമാനംകൊള്ളുന്നത് പക്ഷിയാവാം, തേനീച്ചയാവാം എന്തുമാവാം. ഒരു പക്ഷി കൂടുകെട്ടി മരത്തിൽ താമസിക്കുമ്പോൾ മരം അതിന്റെ മാതൃഭൂമിയായിത്തീരുന്നു. അതിലേക്ക് മറ്റു ജീവികൾ കടന്നുവരുന്നത് നിരോധിക്കുകയും ചെയ്യും. ഒരുപക്ഷേ അതിന്റെ വിപുലനമാണ് പാട്രിയോട്ടിസം. സ്വന്തം

രാജ്യത്തെ അധിനിവേശശക്തികൾ ആക്രമിക്കുമ്പോൾ മാതാവ് കയ്യേറ്റം ചെയ്യപ്പെടുകയാണ് എന്ന പുത്രബോധത്താൽ ഉണരുകയും തന്നെതന്നെ മറന്ന് യുദ്ധത്തിന് പോവുകയും ചെയ്യും. ഇത് ദേശാഭിമാനത്തിന്റെ മറ്റൊരു രൂപമാണ്.

ഒരിക്കൽ ഇന്ത്യയിൽ അധിനിവേശം നടത്തിയ രാജ്യത്തെ (പോർച്ചുഗീസ്) പെൺകുട്ടി തനിക്കു നേരെ അധിനിവേശം നടത്താൻ അഹമ്മദ് മുസ്‌ലിമിനെ അനുവദിക്കുന്ന കഥയാണ് 'സമുദ്രത്തിന്റെ പര്യായങ്ങൾ.' അതൊരു പശ്ചാത്താപത്തിന്റെ കഥയാണ് എന്നും പറയാം. തന്റെ പുരുഷപരമ്പരയിൽപ്പെട്ട ആളുകൾ കയ്യേറിയ ഭൂമിയിൽവെച്ച് തന്നെ ഒരു പുരുഷൻ കയ്യേറ്റം ചെയ്യുമ്പോൾ താൻ അനുഭവിക്കുന്നത് പാപമോചനമാണ് എന്ന് കഥയിലെ പോർച്ചുഗീസ് പെൺകുട്ടി അറിയുന്നുണ്ട്.

ഈ കഥയിൽ എത്ര അനായാസമായാണ്, എത്ര സ്വാഭാവികമായാണ് രാഷ്ട്രീയത്തെ അതിന്റെ മടയിലേക്ക് സുരേന്ദ്രൻ കൂട്ടിക്കൊണ്ടു പോയിരിക്കുന്നത് എന്ന് നാം അറിയുന്നു. ഒരു ജനതയ്ക്കുവേണ്ടി തന്നെത്തന്നെ കയ്യേറ്റം ചെയ്യാൻ അനുവദിക്കുന്ന ഒറ്റ പാശ്ചാത്യവനിതയുടെ രൂപം സമുദ്രത്തിന്റെ ഒരർത്ഥമാണ്. സമുദ്രം കയ്യേറുന്നതും കയ്യേറപ്പെടാനുള്ളതുമാണ്. ഈ ആശയം സുരേന്ദ്രന്റെ കഥയിലുണ്ട്. സമുദ്രത്തിന്റെ പര്യായങ്ങളിൽ ചിത്രകലയുടെ സ്വാധീനമുണ്ടോ എന്നൊന്നും എനിക്കറിയില്ല. ചിത്രകലയെന്നത് എന്താണ് കാണേണ്ടത് എന്നതിനൊക്കെയുള്ള ഉത്തരമാണ്.

ഇങ്ങനെയുള്ള മറ്റൊരു പശ്ചാത്താപത്തിന്റെ കഥ ഞങ്ങളൊക്കെ ഏറെ വായിച്ചിട്ടുള്ള മറ്റൊരു കഥയിൽ സുരേന്ദ്രൻ കൊണ്ടുവരുന്നുണ്ട്. ആ കഥ ഭൂമിയുടെ നിലവിളിയാണ്. തല മുണ്ഡനം ചെയ്യപ്പെടുന്ന ഒരു പാപിനിയുടെ കഥ. മുണ്ഡനം എല്ലാവരും ചെയ്യും. അത് പഴനിയിൽ പോയിട്ടാവാം. തിരുപ്പതിയിൽ പോയിട്ടാവാം. മുടി വലിയൊരു അടയാളമാണ്. ഒരാൾ എങ്ങനെയാണ് വളർത്തുന്നത്. എങ്ങനെയാണ് വെട്ടുന്നത് എന്നുനോക്കി അയാളുടെ മതം പറയാം എന്ന് വൈക്കം മുഹമ്മദ് ബഷീർ പറഞ്ഞിട്ടുണ്ട്. ശ്രീകൃഷ്ണൻ കൂടുതൽ മുടിവളർത്തുകയും ഷേക്സ്പിയർ കൂടുതൽ മുടിവളർത്തുകയും ചെയ്തത് അവർ രണ്ടുപേരും താന്തോന്നികളായതുകൊണ്ടാണ്. പട്ടാളത്തിൽ അങ്ങനെ വളർത്താൻ സമ്മതിക്കില്ല. അച്ചടക്കമാണ് കുറ്റിമുടിയുടെ അടിസ്ഥാനം. അതാണ് കുറ്റിമുടിയുടെ തത്വശാസ്ത്രം. മുടി തീരെ ഇല്ലാതിരിക്കുകയെന്നത് കീഴടങ്ങലിന്റെ തത്വശാസ്ത്രമാണ്. ഒരു വിധവ പൂർണ്ണമായും കീഴടങ്ങപ്പെട്ട സ്ത്രീയാണ്. ഒരു ഭക്തൻ ദൈവത്തിന്റെ മുമ്പിൽ പൂർണ്ണമായും കീഴ്പ്പെട്ട ആളാണ്. അതിനാൽ മുടി ദൈവത്തിന് സമർപ്പിക്കുന്നു. ചിലപ്പോൾ

ഇത് കണ്ണാവാം. തമിഴ്നാട്ടിലെ ശിവഭക്തനായ കണ്ണപ്പൻ തന്റെ ഇഷ്ടദേവന് ഒന്നും നൽകാനില്ലെന്ന് വന്നപ്പോൾ കണ്ണ് ചൂഴ്ന്ന നൽകി. ഇവിടെ കണ്ണ് ചൂഴ്ന്നെടുക്കുന്നത് ഷണ്ഡീകരണസിംബലാവുന്നു. മുടി മുറിക്കുക എന്നതും അതാണ്. നാവടക്കുക എന്നതും ഷണ്ഡീകരണ മാണ്. 74-75 കാലത്തെ നാവടക്കുക പണിയെടുക്കൂ എന്ന മുദ്രാവാക്യം ഓർക്കാം. നാവ് പ്രസിദ്ധമായ ഫാലസ് സിംബലാണ്. നാവടക്കുക എന്നതിനർത്ഥം മിണ്ടാതിരിക്കുക എന്നാണ്. അതൊരു അടിയന്ത രത്തിന്റെ നിശബ്ദാവസ്ഥയാണ്. കാസ്ട്രേഷൻ ചെയ്താലുള്ള ഗുണം പണിയെടുക്കുകയും ചെയ്യും ശല്യമുണ്ടാക്കുകയുമില്ല. ഇതൊരു ജനാധി പത്യവിരുദ്ധ പ്രവർത്തനമാണ്.

മുടിക്ക് പല പ്രത്യേകതയുമുണ്ട്. അതിലൊന്ന് മുറിച്ചാൽ വളരും എന്നതാണ്. മനുഷ്യന്റെ ചിന്തയിൽ ഒരുപാട് സ്വാധീനം ചെലുത്തിയി ട്ടുള്ളതാണ് മുടിയും ചിലപ്പോഴൊക്കെ നഖവും. കീഴടങ്ങുക എന്നത് എത്ര വേദനാജനകമാണ് എന്നുള്ളത് ഭൂമിയുടെ നിലവിളിയിൽ ആവിഷ്കരിക്കു ന്നുണ്ട്. മുടി ഒരു വിപ്ലവായുധമായി സാറാജോസഫ് ആവിഷ്കരിച്ചിട്ടുണ്ട്. വടക്കൻപാട്ടിൽ മുടി കാമുകനെ ഒളിപ്പിക്കാനുള്ളതാണ്. ഇങ്ങനെ മുടിക്ക് പല മുഖമുണ്ട്. മുടിയുടെ സാമൂഹികമായ അർത്ഥത്തെയാണ് സുരേന്ദ്രൻ ഉപയോഗിക്കുന്നത്. ഉന്മാദത്തെക്കുറിച്ച് ഒരു കഥ- ഭ്രാ ന്തിനെക്കുറിച്ച് ഒരു ഉപന്യാസം- സുരേന്ദ്രൻ എഴുതിയിട്ടുണ്ട്. ഉന്മാദം ഒരു രോഗത്തിന്റെ പേരല്ല. മാറിത്താമസിക്കാനുള്ള ഇടത്തിന്റെ പേരാണ്. മനുഷ്യർക്ക് ദേശത്തുമാത്രമല്ല, വിദേശത്തും താമസിക്കാം ഇങ്ങനെയുള്ള വിദേശങ്ങളിലൊന്നാണ് ഭ്രാന്ത്. രോഗം വന്നാൽ ആശു പത്രിയിൽ കിടക്കാം. അവിടെ ശയ്യയിൽ കുട്ടിയെപ്പോലെ കഴിയാം. എഴുപത്തഞ്ചുകാരന് ഒരുവയസായ കുട്ടിയെപ്പോലെ കിടക്കയിൽ കിടന്നുകൊണ്ട് വേണ്ടതൊക്കെ ചെയ്യാനുള്ള സുഖജീവിതം വാഗ്ദാനം ചെയ്യുന്നതിനെയാണ് നേഴ്സിങ് എന്നു പറയുന്നത്. നാം സഞ്ചരിക്കുന്ന ഭൗതികലോകത്തിനുപുറത്ത് വേറെയും ലോകമുണ്ട്. ഭ്രാന്തന്മാരുടെ ലോകം അതാണ്. കുറ്റവാളികളുടെ ലോകം അതാണ്.

അനുഭവങ്ങളുടെ പല ലോകങ്ങളിൽ, ആചാരങ്ങളുടെ പല ലോക ങ്ങളിൽ സഞ്ചരിക്കുന്ന ഇരിക്കപ്പൊറുതിയില്ലാത്ത ഒരെഴുത്തുകാരനാണ് സുരേന്ദ്രൻ...

ഡി.സി ബുക്സ് പ്രസിദ്ധീകരിച്ച 'പി.സുരേന്ദ്രന്റെ തെരഞ്ഞെടുത്ത കഥകൾ' പ്രകാശനം ചെയ്തുകൊണ്ട് നടത്തിയ പ്രഭാഷണം

അനാഥന്റെ ഗോത്രം

ഇംഗ്ളണ്ടിൽ പ്രസിദ്ധീകരിക്കുകയും തന്റെ മാതൃഭാഷയുടെ ഖബറിടം എവിടെയെന്ന് കേരളത്തിൽ വന്ന് തേടി നടക്കുകയും ചെയ്യുന്ന ഈ പുസ്തകത്തിന് സലീമിന്റെ ജീവിതവുമായി വലിയ ജാതകപൊരുത്തവുമുണ്ട്. മനുഷ്യർ പാർക്കുന്ന ഒരുപാട് ലോകങ്ങളിൽ അലഞ്ഞ് നടന്ന ഒരു പ്രവാസിയാണ് സലീം. വൻകരകളിലും രാഷ്ട്രങ്ങളിലും മാത്രമല്ല ഓർമ്മകളിലും പ്രതീക്ഷകളിലും കാലത്തിന്റെ എല്ലാ മാനങ്ങളിലും അദ്ദേഹം ജീവിച്ചിട്ടുണ്ട്. അതുകൊണ്ട് ഈ കഥകളിലെ സംഭവങ്ങളുടെ സഞ്ചാരം ഒരു കലാകൗശലം മാത്രമല്ല മരുഭൂമിയിൽ താമസിക്കുന്നവരുടെ അനുഭവഘടനതന്നെ ആയിത്തീരുന്നു. അയവെട്ടുന്ന മൃഗങ്ങളെപോലെ ഓർമ്മയാണ് അവന്റെ മുഖ്യഭക്ഷണം. കാലങ്ങൾ കാലങ്ങളിലേക്കും ആളുകൾ ആളുകളിലേക്കും കയറിയും ഇറങ്ങിയും പോകുന്നു. അമ്പരപ്പിക്കുന്ന ഒരു സങ്കീർണ്ണത ഈ കഥകളിൽ വന്നുചേർന്നിരിക്കുന്നു. ഊളിയിട്ട് പല കടവുകളിൽ പൊങ്ങുന്ന അനുഭവത്തിന്റെ തലകൾ കാമത്തിന്റെയും വെറുപ്പിന്റെയും നനവുള്ള സ്നേഹത്തിന്റെയും തിളക്കങ്ങൾ. പക്ഷേ മരണത്തിന്റെ വയൽ വരമ്പുകളിൽകൂടിയാണ് സലീം ഇവിടെയെല്ലാം നടന്നെത്തുന്നത്.

മരിച്ചുപോകുന്നവർ എങ്ങോട്ടാണ് പോകുന്നത്? ഇല്ലായ്മയിലേക്ക്, ഓർമ്മയിലേക്ക്, മറ്റൊരു ലോകത്തേക്ക് ഇതൊരു പ്രവാസിയുടെ ലോകമാകുന്നു.മരണത്തിലേക്ക് നാടുകടത്തപ്പെട്ടവൻ-മാറാരോഗങ്ങൾക്കും തീരാദുരിതങ്ങൾക്കും പുലിപ്പാൽതേടിപ്പോകുന്നവൻ - അവൻ തിരിച്ചുവന്ന് കുന്നിൻ പുറത്ത് കുടിവയ്ക്കുന്നു. അവനെ കാണുവാൻ കാണിക്കയുമായി പതിനെട്ടുപടിയും ചവിട്ടിക്കയറി പരിവാരങ്ങൾ ശരണം പ്രാപിക്കുന്നു. ഇടവേളകളിൽ, ഇടനിലങ്ങളിൽ അവൻ എവിടെയായിരുന്നു,

ആരായിരുന്നു എന്നതിനെ കുറിച്ച് ഗ്രാമീണാഖ്യാനങ്ങളും ഉപാഖ്യാനങ്ങളും ഉണ്ടാകുന്നു. അങ്ങനെയിരിക്കെ അവൻ കാട്ടിൽ എവിടെയോ കാണാതാവുന്നു.

വീട്ടിന്റെ വിമോചകൻ ആദ്യം നാട്ടിൽ മരിച്ചേ പറ്റൂ. പിന്നീടവൻ കാൽവരിയിലോ മദീനയിലോ അംഗരാജ്യത്തിലോ പുനർജനിക്കുന്നു. മരണത്തിൽക്കൂടിയുള്ള ഈ യാത്രയിൽ അവൻ ഒരുപാട് ലോകങ്ങളിൽ സഞ്ചരിക്കുന്നു. അത്ഭുതങ്ങളുടെ കിണറുകൾ - മരണക്കിണറുകൾ. എന്തുകൊണ്ടെന്നാൽ, ഒരു പ്രവാസി ലോകത്തെ കാണുന്നതുതന്നെ ഓർമ്മകളിലൂടെയാണ്. മരിച്ച അനുഭവങ്ങളുടെ വലിയ താഴ്‌വരയിൽ അവൻ ഉമ്മയുടെ ഇല്ലാത്ത അടയാളം തേടി അലഞ്ഞുനടക്കുന്നു. അടയാളങ്ങൾ വസ്തുക്കളേക്കാൾ വലിയ ഉൺമയായിത്തീരുന്നു. പ്രേതങ്ങളുടെ ഈ താഴ്‌വരയിലാണ് സലീം അലഞ്ഞുനടക്കുന്നത്. എല്ലാം വെളിവാക്കുന്നത് ഒരു പോസ്റ്റുമോർട്ടത്തിലാണെന്ന് തിരിച്ചറിയുന്ന ഡോക്ടറെപ്പോലെ ചരിത്രവും ജീവചരിത്രവും മൂല്യവും ധർമ്മവും പോസ്റ്റുമോർട്ടമാണെന്നും അയാൾ മനസ്സിലാക്കുന്നു. ഒരു വിരാമബിന്ദുവിൽ നിന്ന് തിരിച്ചു വായിക്കുമ്പോഴാണ് ജീവിതത്തിന്റെ അർത്ഥം വെളിപ്പെടുന്നത്. ഈ വായന അതിന് രൂപവും തുടർച്ചയും മൂല്യവും നൽകുന്നു. ഇത്തരം എതിർവായനകളിൽ നിന്നാണ് മുമ്പ് ഒരു ബുദ്ധൻ നിർമ്മിക്കപ്പെട്ടത്.

ദൈവനാമത്തിൽ എന്ന കഥയിലും സലീം ധർമ്മത്തിന്റെ പാഠഭേദങ്ങൾ ആഴത്തിൽ അന്വേഷിക്കുന്നുണ്ട്. ഇത് ധർമ്മത്തിന്റെ രണ്ട് പാക്കിസ്ഥാനി പാഠങ്ങളാണ്. കാന്തത്തെപ്പോലെ മതത്തിനും ഒട്ടിപ്പിടിക്കലിന്റെയും ഒറ്റപ്പെടുത്തലിന്റെയും ധ്രുവാന്തരങ്ങളുണ്ടെന്ന് ദൃഢവും മന്ദവും അസാമാന്യവുമായ ആഖ്യാനത്തികവോടൊപ്പം നേർത്തുപോയ സമാപനത്തോടുകൂടിയ ഈ കഥ വിളിച്ചറിയിക്കുന്നു. കറാച്ചിയിൽ കബറടക്കിയ ബാപ്പ എങ്ങനെയാണ് ദുബായിലെ അലക്കുകാരന് അരികിൽ വന്ന് അനുഗ്രഹം കൊടുക്കുന്നത്! അലക്കിവെളുപ്പിച്ച ഒരു വസ്ത്രം പോലെ തന്റെ ബാപ്പ തിരിച്ചുവന്ന്, ഞാൻ നിന്റെ ബാപ്പയാണെന്ന് പറയുന്നതിന്റെ പൊരുൾ എന്ത്? ദുബായിൽവെച്ച് മക്കളെ തിരിച്ചറിയുന്ന പിതൃത്വത്തെ തങ്ങൾക്ക് പരിചയമില്ലാതെ വരില്ല. വാത്സല്യത്തിന്റെ പരിഹാസ്യമായ ഒരു മുനമ്പാണത്. മരിച്ചുപോയ ഏതുസ്നേഹവും ഈ മുനമ്പിൽ പുനർജനിക്കുന്നു. മൊഴിചൊല്ലിപ്പോയവൻ മടങ്ങിവരുമ്പോഴും അയാൾ വരുന്നത് ഖബറിൽ നിന്നാണെന്ന് ഇപ്പോൾ തിരിച്ചറിയാതിരിക്കില്ല. സ്നേഹത്തിൽ ഒരുപാട് കറപുരണ്ടിരിക്കുന്നു എന്നറിയുമ്പോൾ ദൈവത്തെകാണുവാൻ വെളുത്തവസ്ത്രം

വേണമെന്ന വാക്യം ഓർക്കുകയും ധോബിയുടെ സ്ഥാനം എത്ര വില യുറ്റതാണ്. എന്ന് നാം മനസ്സിലാക്കുകയും ചെയ്യും.

ഈ പുസ്തകത്തിലെ ഏറ്റവും മുഴക്കമുള്ള കഥ 'ഗോത്രം' തന്നേയാണ്. രചനയിലെ അത്ഭുതങ്ങളല്ലാ ഇതിനടിസ്ഥാനം. അനാഥത്വത്തെ അടയാളപ്പെടുത്തുവാൻ സലീം ഉപയോഗിച്ച അജ്ഞാതത്തിന്റെ രേഖകൾ ജ്ഞാനത്തെ തടവിലാക്കി വിചാരണചെയ്യുന്നു എന്നതാണ് ഈ കഥയുടെ ശക്തി. അനാഥന്റെ ഗോത്രം ഏതാണെന്നും അത് വിളിച്ച ചോദിക്കുന്നു. അമ്മിഞ്ഞക്ക് കണ്ണൻചിരട്ടയും പാലിന് നാലണയും കൊടുത്തു കണക്കുതീർക്കുന്ന വിനിമയനീതിയെ തന്നെയാണ് ഈ കഥ ആക്രമിക്കുന്നത്. തന്റെ സഹോദരിക്കുവേണ്ടി അമ്മിഞ്ഞതേടി അലയുന്ന ഒരു സഹോദരൻ സ്നേഹത്തിന്റേയും മാനവികതയുടേയും മറുരൂപങ്ങൾ സൃഷ്ടിക്കുകയും ചെയ്യുന്നു.

ഈ ലോകത്തിൽ മന്ദൻമാർക്കുമാത്രം ചോദിക്കുവാൻ ചില ചോദ്യ ങ്ങൾ ഉണ്ട്. എല്ലാ ബുദ്ധിശാലികളും ചോദ്യങ്ങൾ വിഴുങ്ങുന്നവരാണ്. അതുകൊണ്ട് മന്ദബുദ്ധികളുടെ ചോദ്യം വ്യവസ്ഥകളുടെ അടിത്തറ ഇളക്കുന്നു.അവരുടെ പ്രവർത്തികൾ നമ്മുടെ ഭൂമിയിൽ സ്നേഹത്തിന്റെ നനവുകൾ ഉണ്ടാക്കുന്നു. അത്തരം ഒരു നായകന്റെ സൃഷ്ടിയാണ് സലീം ഗോത്രത്തിൽ നിറവേറ്റിയിരിക്കുന്നത്.

●

www.ingramcontent.com/pod-product-compliance
Lightning Source LLC
LaVergne TN
LVHW040818051026
849519LV00007BA/2665
* 9 7 8 9 3 9 0 4 0 4 0 2 5 *